# அன்பின் உருவம்



கி. வா. ஜகந்நாதன்

*Title: Anbin Uruvam*

*Author: Ki. Va. Jagannathan*

*Language: Tamil*

*First Published on: 1955*

*Year of Publication: 2025*

*Book Format: Paperback*

*Page Size: 6inch * 9inch*

*Category: Religious*

*Subject: Religious Essays*

*No. of pages: 96*

*ISBN: 978-81-999253-6-6*

*Published by: Nilan Publishers, Madurai, Tamilnadu, India*

# பொருளடக்கம்

குறிப்புகளுக்காக

# முன்னுரை

"திருவாசகத்துக்கு உருகாதார் ஒரு வாசகத்துக்கும் உருகார்" என்பது அநுபவத்தில் கனிந்து வந்த பழமொழி. என்பையும் உருக்கும் பாடல்களை மாணிக்கவாசக சுவாமிகள் பாடினார். "ஆவியில் எளிமையுள்ளவர்கள் பாக்கியவான்கள்" என்று கூறும் விவிலிய நூலைப் படித்த கிறிஸ்தவராகிய ஜி.யூ. போப் துரை திருவாசகத்தைப் படித்தார்; உருகினார். "இவரைக் காட்டிலும் எளிமையுள்ளவர் யார்?" என்று வியந்தார். அதை ஆங்கிலத்தில் மொழி பெயர்த்தார். திருவாசகத்தின் பெருமை இக்காலத்திலும் மங்காமல் இருப்பதற்கு இது ஓர் உதாரணம்.

சைவத் திருமுறைகளில் எட்டாவது திருவாசகமும் திருக் கோவையாரும். திருவாசகம் 51 பகுதிகளையும் 656 பாடல்களையும் உடையது. அவற்றில் முதலில் இருப்பது சிவபுராணம் என் னும் கலிவெண்பா. அடுத்து, கீர்த்தித் திருவகவல், திரு அண்டப் பகுதி, போற்றித் திருவகவல் என்ற மூன்றும் உள்ளன. இந்த நான்கும் பல அடிகளை உடைய பாடல்கள்.

திருக்கோவையாரில் 400 பாடல்கள் உள்ளன. அது ஐந்திணைக்கோவை என்னும் பிரபந்த அமைப்பை உடையது. அதை இறைவனே எழுதி அழகிய திருச்சிற்றம்பல முடையான் என்று கையெழுத்திட்டதாக ஒரு வரலாறு உண்டு. திருச்சிற்றம்பலத்தில் எழுந்தருளியிருக்கும் இறைவனைப் பாட்டுடைத் தலைவனாக வைத் துப் பாடிய நூல் அது. அதனால் திருச்சிற்றம்பலக் கோவையாரென்றும் வழங்கும். திருவாசகத்தோடு ஒத்த பெருமை உடைய தாதலால் அதைக்

கோவைத் திருவாசகம் என்றும் சொல்வதுண்டு. நூல்களின் பெயர்களை மதிப்போடு சொல்லும்போது பலர்பாலுக்குரிய ஆர்விகுதி சேர்த்துச் சொல்வது தமிழ் மரபு. அப்படிச் சிறப்புப் பெற்றவை நாலடியார், திருக்கோவையார், திருக்களிற்றுப்படியார், சிவஞான சித்தியார் என்பன. திருக்கோவையாருக்கு உள்ள சிறப்பை ஆர்விகுதி தெரிவிக்கிறது.

திருவாசகம் முழுவதற்கும் பழங்காலத்தில் யாரும் உரை எழுதியதாகத் தெரியவில்லை. சென்ற நூற்றாண்டில் வாழ்ந்த ஒருவர் விரிவாக எழுதியுள்ளார். அணிமையில் சில சில பகுதிகளுக்கு உரை எழுதியவர்களும், நூல் முழுவதுக்கும் எழுதியவர்களும் உண்டு. மறைமலையடிகள் முதல் நான்கு பாட்டுக்கு உரை எழுதியிருக்கிறார். மகாமகோபாத்தியாய பண்டிதமணி மு.கதிரேசன் செட்டியாரவர்கள் திருச்சதகம், நீத்தல் விண்ணப்பம், திரு வெம்பாவை ஆகியவற்றிற்குக் கதிர்மணிவிளக்கம் என்ற விரிவுமை எழுதியிருக்கிறார். யாழ்ப்பாணத்தில் வாழ்ந்த நவநீதகிருஷ்ண பாரதியாரவர்கள் திருவாசகம் முழுமைக்கும் உரை எழுதிப் பதிப்பித்திருக்கிறார். கா.சுப்பிரமணிய பிள்ளை முதலியவர்களும் எழுதியிருக்கிறார்கள்.

இந்தப் புத்தகத்தில் திருவாசகத்திலிருந்து எட்டுப் பாடல்களும் திருக்கோவையாரிலிருந்து ஒரு பாடலும் விளக்கம் பெறுகின்றன. பதவுரை, பொழிப்புரை, விளக்கவுரை முறையில் பாடல்களை நான் விளக்கவில்லை. முதலில் நிலைக் களத்தை அமைத்துக் கொண்டு பாடற்பகுதிகளை ஒவ்வொன்றாக எடுத்துக் காட்டி முடிவில் பாட்டு முழுவதையும் சொல்லும் முறையையே இந்த வரிசையில் மேற்கொண்டிருக்கிறேன். அவையில் விரிவுரை ஆற்றும் முறையில் இவை இருக்கும். பாடல்களிலுள்ள சொல்லின் பொருளை மாத்திரம் விளக்கினால் ஓரளவு தான் அவை உள்ளத்தில் பதியும். இத்தனை விரிவாகச் சொல்லிப் பாட்டைப் பிறகு சொன்னால் பாடல் முழுவதும் நன்றாகவும் தெளிவாகவும் பதியும் என்பதே என் நோக்கம். இதற்கு முன்

வெளியான நூல்களைப் படித்தவர்கள், நான் கருதிய நோக்கம் கைகூடியதாகவே சொல்கிறார்கள்.

தமிழ்ப் புலவர்கள் படித்துப் பயன்பெற வேண்டும் என்ற நினைவோடு இவற்றை எழுதவில்லை. பள்ளியில் கீழ்வகுப்பில் படிக்கும் மாணவனுக்கும் விளங்க வேண்டும் என்ற எண்ணத்தால் விளக்கங்களையும் உவமைகளையும் கதைகளையும் பெய்து இவ் வரிசையை எழுதி வருகிறேன். இம் மலர்மாலை முருகன் திருவருளால் முழுதும் நிறைவேறவேண்டும்.

கல்யாணபுரம்
மயிலை

*12-3-55*

**கி.வா.ஜகந்நாதன்**

# அன்பின் உருவம்

பெரிய கூட்டம். இறைவனுடைய திருமுன் அவனுடைய ஆரருளைப் பெறவேண்டுமென்ற ஆசையாலே கூடிய கூட்டம் அது. எல்லோரும் சிவ சின்னங்களை அணிந்திருக்கிறார்கள். நெற்றியிலே திருநீறு; உடம்பெல்லாம் திருநீறு. கழுத்திலும் தலையிலும் உருத்திராட்ச மாலை. கைகளைத் தலைமேல் வைத்துக் குவித்துக் கொண்டிருக்கிறார்கள். சிவபெருமானுடைய திருநாமங்களை உரக்கச் சொல்லிக் கொண்டிருக்கிறார்கள். போற்றி, போற்றி என்று வணங்குகிறார்கள்; சய சய என்று வாழ்த்துகிறார்கள்.

இந்தக் கூட்டத்தோடு சேராமல் இரண்டுபேர் தனியே நிற்கிறார்கள். அவர்கள், கூட்டத்தில் உள்ள சிவநேசச் செல்வர்களைக் கூர்ந்து கவனிக்கிறார்கள்.

"ஆ! எவ்வளவு பெரியவர்கள்! இவர்களிடத்தில் உள்ள சிவ பக்தியை என்னவென்று சொல்வது!" என்று ஒருவர் வியந்து பேசினார். அந்த இருவரில் அவர் இளைஞர்; மற்றவர் முதியவர்.

இளைஞர் கூறியதைக் கேட்டு முதியவர் முறுவல் பூத்தார்; "நீ எப்படி அறிந்தாய்?" என்றார்.

"அவர்களுடைய கோலமும் கையைத் தலைமேல் குவித்திருக்கும் நிலையும் இறைவனை வாழ்த்துகின்ற வாழ்த்தும் அவர்களுடைய அன்பை வெளிப்படுத்துகின்றனவே! அவர்களைப் பார்த்தாலே அன்பின் உருவங்களாகக் காட்சி அளிக்கிறார்களே!"

"அன்புக்கு உருவம் உண்டா? அது குணம் அல்லவா?"
"ஆனாலும்..." இளைஞர் பேச வகை தெரியாமல் விழித்தார்.

முதியவர் மறுபடியும் புன்னகை பூத்தார். "ஆம், அன்பு குணந்தான்; அது காட்சிப் பொருள் அன்று; கருத்துப் பொருள். அதைக் கண்ணால் காண முடியாது. இவர்களுடைய வேடமும் செயலும் பேச்சும் அன்பை நினைப்பூட்டுகின்றன. அதனால் இவர்களை அன்பர்கள் என்று எண்ணுகிறாய்."

"அது உண்மைதான். அன்புக்கு இவர்கள் செயல்கள் அடையாளங்களாக இருக்கின்றன."

"இத்தனை பேரும் உண்மையான அன்பர்கள் என்று சொல்ல முடியாது. அன்பைப் புலப்படுத்தும் அடையாளங்கள் உண்டு. ஆனால் அடையாளங்கள் இயற்கையாக அமைவன சில; செயற்கையான உள்ளவை சில."

"எனக்குத் தெளிவுபடவில்லை'' என்றார் இளைஞர்.

"அதோ அங்கே மூலையில் தூணோடு ஒட்டியபடி இருக்கும் அன்பரைப் பார். பக்கத்திலே சென்றாகிலும் பார்த்து விட்டு வா. உடம்பைக் கவனி. கையைத் தலையின் மேல் குவித்திருப்பதைக் கண்டு வந்துவிடாதே. அவர் உடம்பின் மேலுள்ள மயிர்க் கால்களைக் கவனித்து விட்டுவா" என்று முதியவர் சொன்னார்.

இளைஞர் அவ்வாறே அந்தத் தூணருகே சென்றார். மெல்ல அங்கே சற்று நின்று பார்த்தார். அந்தப் பக்தர் கண்ணை மூடிக்கொண்டே, "சிவ சிவ சிவ சிவ சய சய போற்றி போற்றி!" என்று சொல்லிக்கொண்டிருந்தார். இளைஞர் அவர் திருமேனியைப் பார்த்தார். இளைத்து உலர்ந்து என்பு எழுந்து இயங்கும் யாக்கை அது. அதில் மேலாகப் பார்க்கிறவருக்கு ஒரு கவர்ச்சியும் இராது. இளைஞர் கூர்ந்து கவனித்தார். மயிர்க் கால்களையே கவனித்தார். ரோமங்கள் குத்திட்டு நின்றன. சிலீர் சிலீர் என்று அடிக்கடி மயிர்க் கூச்சிடுவதை அவர் கண்டார். அது மாத்திரம் அன்று. அவர் உடம்பில் சிறு நடுக்கமும் உண்டாகியிருந்தது. பக்கத்திலிருந்த வேறு சிலரைக் கண்டார். அவர்கள் கொழு கொழுவென்று பருத்த மேனியுடையவர்களாக இருந்தார்கள். ஆனால்

அவர்களுடைய மேனியில் இந்தப் புளகம் உண்டாகவில்லை. மெலிவாக இருந்த பக்தர் மெய்தான் அரும்பியது; விதிர் விதிர்த்தது.

இளைஞர் மீட்டும் முதியவரிடம் வந்தார். "நீங்கள் சொன்னபடியே சென்று பார்த்தேன். அவருக்கு அடிக்கடி மயிர்ச்கூச்சு ஏற்படுகிறது; உடம்பு நடுங்குகிறது" என்றார்.

"எல்லோரிடமும் இந்த இரண்டும் இருக்கின்றன என்று நினைக்கிறாயா?"

"இல்லை. அருகில் இருந்த சிலரைப் பார்த்தேன். அவர்களிடம் இந்த வெளியீடுகளைக் காணவில்லை."

"இப்பொழுது வேற்றுமை தெரிகிறதா? இவ்வளவு கூட்டத்திலும் உண்மையான அன்பர் சிலரே இருக்கிறார்கள் என்ற உண்மை தெரிகிறதா?"

இளைஞர் விடை சொல்லாமல் நின்றார். இன்னும் அவருக்கு முழுத் தெளிவு உண்டாகவில்லை.

"அழகும் அன்பும் உடைய காளை ஒருத்தனிடம் காதல் கொண்ட மங்கை ஒருத்திக்குப் பல வகையான அநுபவங்கள் அந்தக் காதல் உணர்ச்சியினாலே உண்டாகும். தன் காதலனை நினைக்கும் போது உடம்பில் மயிர்க்கூச்செரியும். காதலனைக் காணும்படி நேர்ந்தால் குபீர் குபீர் என்று புளகம் போர்க்கும்; உடம்பில் சிறு சிறு நடுக்கமும் காணும். உடம்பில் உள்ள உறுப்புக்களெல்லாம் முறுக்குத் தளர்ந்து நெகிழ்ந்து போகும். இது காதலின் அடையாளம். காதல் என்பது உள்ளத்தில் இருக்கிற குணம். பக்தியும் அத்தகையதே. அந்தக் குணங்கள் மலரும்போது உணர்ச்சி விஞ்சும். அப்போது உடம்பில் இத்தகைய விளைவுகள் ஏற்படும். இவை முயற்சியின்றித் தாமே வெளியாகின்றன; இவற்றையே மெய்ப்பாடுகள் என்று சொல்வார்கள். கோபம் உள்ளவனுக்குக் கண் சிவப்பது, சோம்பல் உள்ளவனுக்குக் கொட்டாவி வருவது, அச்சம் உள்ளவனுக்கு உடம்பு நடுங்குவது முதலியன வெல்லாம்

உணர்ச்சியின் விளைவாக உடம்பிலே தோன்றும் மெய்ப் பாடுகள். இயற்கையாகத் தோன்றும் இந்த மெய்ப் பாடுகளோடு, நினைந்து செய்யும் செயல்களும் சேரும். செயல்களும் பேச்சும் உள்ளத்தில் மலர்ந்துள்ள உணர்ச்சியின் விளைவாக இருக்கும். மெய்ப்பாடுகள் இயற்கையாக அமைபவை; பேச்சும் செயலும் நினைந்து செய்பவை. உண்மையான உணர்ச்சியை இயற்கையான மெய்ப்பாடுகளிலிருந்து கண்டு பிடித்துக் கொள்ளலாம். காதலிக்கு உள்ள அன்பு போன்றதே இறைவனிடம் பக்தனுக்கு உள்ள அன்பும். இரண்டு உணர்ச்சிகளிலும் சில மெய்ப் பாடுகள் பொதுவாக அமையும்."

"மற்றவர்களும் இறைவனை நினைந்து கை கூப்புகிறார்கள்; வாழ்த்துகிறார்கள். அவை அன்பின் அடையாளங்கள் அல்லவா?"

"அன்பு காரணமாகக் கைகூப்புவதும் வாழ்த்துவதும் அன்பர்களிடத்திலே நிகழும். ஆனாலும் அன்பு இல்லாமலே இந்த இரண்டையும் செய்ய முடியும். இவை நினைந்து செய்கின்றவை. உண்மையான தாயும் தன் குழந்தையை அணைத்துக் கொள்கிறாள். அதனிடத்தில் உள்ள அணியைக் கவர விரும்புபவளும் அணைத்து முத்தம் கொடுக்கிறாள். இருவருடைய செயல்களும் ஒன்றாகவே தோன்றுகின்றன. ஆயினும் தாயின் செயலே உண்மையான அன்பினால் அமைவது."

"இந்தக் கூட்டத்தில் இரு வேறு வகையினர் இருக்கிறார்கள் என்று சொல்கிறீர்கள்."

"ஆம். அதை நீயே பார்த்தாயே. கையைத் தலைமேல் வைத்து, போற்றி, சயசய போற்றி என்று மாத்திரம் சொல்பவர்கள் ஒரு சாரார்; மெய் அரும்பி, விதிர் விதிர்த்து, வணங்கிப் போற்றுகிறவர்கள் ஒரு சாரார்."

"இன்னும் என்ன என்ன வேறுபாடுகள் இருக்கின்றன?" என்று ஆர்வத்தோடு கேட்டார் இளைஞர்.

'மற்றொரு சோதனை சொல்கிறேன். அதையும் கவனித்து வா. முன்பு அவர்களுடைய மெய்யைக் கவனித்தாய். இப்பொழுது அவர்களுடைய உறுப்புக்களைக் கவனித்து வா.'

"அவர்களுடைய கையையும் தலையையும் கண்டு தானே வந்தேன்?"

"அது போதாது. உடம்பிலே சிறந்த உறுப்புத் தலைதான். ஆனால் அந்தத் தலையிலும் முகத்தில் இருக்கிற கண்களே சிறந்தவை. உலகத்தில் வாழும் மக்களுடைய கண் பார்வையைக் கொண்டே அவர்களுடைய இயல்பைச் சொல்லி விடலாம். இப்போது இவர்களுடைய கண்களை ஆராய்ச்சி செய்."

"எப்படி ஆராய்ச்சி செய்வது? பெரிய கண், சிறிய கண், கரிய கண், சிவந்த கண் என்று அக் கண்களின் உருவத்தையும் நிறத்தையும் ஆராயச் சொல்கிறீர்களா?"

"இல்லை, இல்லை. கண் என்று சொன்னது தவறு; பார்வை என்று சொல்லியிருக்க வேண்டும். இவர்களுடைய பார்வைகள் எங்கெங்கே பதிந்திருக்கின்றன என்று ஆராய்ந்து பார். இதையும் நுட்பமாக ஆராய ஆராய வேண்டும்'' என்று சொல்லியனுப்பினார்.

இளைஞர் சென்றார். இப்போது பார்வைகளை ஆராய்ச்சி செய்யும் வேலையில் ஈடுபட்டார். கூட்டத்தில் ஒருவர் தம்முடைய மார்பைப் பார்த்துக் கொண்டிருந்தார். மற்றொருவர் தம் ருத்திராட்ச மாலையைப் பார்த்துக் கொண்டிருந்தார். வேறு ஒருவர் அருகில் நின்றவனுடைய ஆடையைக் கவனித்துக் கொண்டிருந்தார். பின்னும் ஒருவர் எங்கோ ஒரு மூலையை நோக்கினார். இப்படி வெவ்வேறு இடங்களில் பார்வையைச் செலுத்தினவர்கள் பலர். சிலர் இறைவனைப் பார்த்துக் கொண்டிருந்தனர். இந்த வேறுபாடுகளையெல்லாம் கண்ட இளைஞர் முதியவரிடம் வந்து தாம் கண்டதைச் சொன்னார்.

"முன்பு மெய்ப்பாடுகளாகிய இயற்கை விளைவும், கை கூப்பி வாழ்த்துவதாகிய செயற்கை விளைவும் ஒருங்கே ஒருவரிடம் இருப்பதைக் கண்டாய். அப்படிச் சிலர் இந்தக் கூட்டத்தில் இருக்கக்கூடும். இப்போது அவர்களுடைய பார்வையிலிருந்து இரு வேறு வகையினர் இங்கே இருக்கிறார்கள் என்று தெரிந்து கொண்டாய்."

"உண்மை. இறைவனைப் பார்க்கிறவர்கள் ஒரு சாரார்; மற்றவற்றைப் பார்க்கிறவர்கள் ஒரு சாரார்.'"

"அப்படிச் சொல்லக்கூடாது. எல்லோரும் இறைவனைப் பார்ப்பார்கள். ஆனால் இறைவனை மாத்திரம் பார்த்துக் கொண்டே இருப்பவர்கள், இறைவனையும் மற்றப் பொருள் களையும் பார்ப்பவர்கள் என்று இரண்டு பிரிவாகப் பிரிக்கலாம். இறைவனைப் பார்ப்பவர்களிலும் இரு வேறு வகையினர் உண்டு."

"அது என்ன வகை?"

"அதற்கும் ஓர் ஆராய்ச்சி நடத்த வேண்டும்" என்று சொல்லி முதியவர் சிரித்தார்.

"உண்மையைக் காண எத்தனை ஆராய்ச்சி நடத்தினாலும் நடத்த வேண்டியதுதானே? சொல்லுங்கள். செய்கிறேன்."

"கண் பார்வையைப் பார்த்து வந்து சொன்னாய். இறைவனுடைய கோலத்தைக் காண்பவர்களை இன்னும் கூர்ந்து கவனித்து வா. இறைவன் கோலத்தில் எந்த எந்தப் பகுதியைப் பார்க்கிறார்கள் என்பதைக் கூர்ந்து அறிந்து வா. தூணருகில் நிற்கும் அன்பர் கண்ணைத் திறந்தால் எங்கே பார்க்கிறார் என்பதை நுட்பமாகப் பார்த்துத் தெரிந்துகொண்டு வா."

இளைஞர், கூட்டத்தினரை அணுகினார்; நுட்பமாக ஆராய்ந்தார். இறைவன் வாகனத்தைக் கவனிப்பாரும், இறைவன் மேனியை மேலும் கீழும் உற்று நோக்குவாரும்,

இறைவன் திருமுக மண்டலத்தைப் பார்ப்பவரும், அவனுடைய திருவடிகளையே காண்பவருமாக அன்பர்கள் இருந்தைக் கண்டார். தூணருகில் மெய் அரும்பி விதிர் விதிர்த்து நின்ற வரைக் குறுகினார். நல்ல வேளையாக அவர் கண் இப்போது மலர்ந்திருந்தது. அந்தக் கண் பார்வையைக் கவனித்தார். அது எம்பெருமானுடைய திருவடியிலே பதிந்திருந்தது. சில கணங்கள் அந்தப் பார்வை அப்படியே நின்றது. உடனே குபுக்கென்று அந்தக் கண்களிலிருந்து நீர் ததும்பியது. அன்பர் இப்போது தாரை தாரையாகக் கண்ணீர்விடத் தொடங்கினார்.

**மெய்தான் அரும்பி விதிர்விதிர்த்து**
**உன்விரை ஆர்கழற்கு என்**
**கைதான் தலைவைத்துக் கண்ணீர் ததும்பி.**

*(விதிர்விதிர்த்து நடுங்கி. விரை ஆர் கழற்கு - மணம் பொருந்திய திருவடியைக் கண்டு அதன்பொருட்டு.)*

அந்த மெய்யன்பருடைய நிலையைக் கண்டு இளைஞர் உருகிப் போனார். முதியவரிடம் ஓடி வந்தார். "நீங்கள் சொல்வது உண்மை. கண் காட்டி விட்டது உண்மை அன்பை'' என்று வியப்பினால் கூவினார்.

''என்ன கண்டாய்?" என்று கேட்டார் முதியவர்.

"கண்டறியாதன கண்டேன். இறைவனையே காணும் கூட்டத்தினரிலும் வேறுபாடு கண்டேன். அவனுடைய பல்வேறு அழகுகளைக் கண்டு அவர்கள் இன்புறுகிறார்கள். அந்த மெய்யன்பரோ இறைவனுடைய திருவடியையே உற்று நோக்கிக் கொண்டிருந்தார்."

"நீ உண்மையை உணர்ந்துவிட்டாய். அன்பர்கள் இறைவனுடைய பேரழகில் ஈடுபட்டு அதனைக் கண்டு இன்புறுவார்கள். ஆயினும் அவனுடைய திருவடியில்தான் அவர்களுக்கு நாட்டம். அதுதான் அவர்களுக்குப் பற்றுக்கோடு. இறைவனுடைய பெருமையை அவனுடைய

உறுப்புகள் யாவும் காட்டுகின்றன. ஆயினும் அப்பெருமானை அடையும் அன்பர்களுக்கு உரிய பற்றுக் கோடாக இருப்பது அவன் திருவடியே. மரத்தின் கிளைகளும் கொம்புகளும் வளார்களும் இலைகளும் பலவாக இருந்தாலும் அதற்கு நீர் வார்க்க வேண்டுமானால் அடியில் உள்ள வேரிலேதான் வார்ப்பார்கள். அன்பர்களும் இறைவன் அடியையே நோக்கியிருப்பார்கள்."

"நல்ல உவமை சொன்னீர்கள்! அந்தத் திருவடியிலே நாட்டங்கொண்டு அவர்களும் கண்ணீர் விடுகிறார்கள்."

"இறைவனுடைய திருவடியைப் பற்றிக் கொள்வதனால் அன்பர்களுக்கு அடியார்கள் என்றும், திருவடி சம்பந்திகள் என்றும் பெயர் வந்தன. தோளார், கையார், முகத்தார் என்று சொல்வது வழக்கம் அல்லவே. இறைவன் திருமேனி அழகைக் கண்ணாரப் பருகி இன்புற்றாலும் கடைசியில் அமைதி பெற நாடிப் புகுமிடம் திருவடிதான். உண்மை அன்பர்கள் அத்திருவடியை நோக்கியே கும்பிடுவார்கள். அந்தக் கழற்கே தலைமேற் கைகூப்பி வணக்கம் புரிவார்கள். அந்தக் கழலையே பாராட்டுவார்கள்."

"அந்த மெய்யன்பர் இறைவன் கழலையே கண்டார். உன் விரையார் கழல் வெல்க என்று வாழ்த்தினார்."

"ஆம், இறைவன் கழல் நறுமணம் பொருந்தியது. தேவர்களும் அம்பலபல மலர்களால் அருச்சித்துப் போற்றும் அடிகள் அல்லவா? அன்பர்களுடைய மலரின் நறுமணமும் உள்ளத்தின் அன்பு மணமும் சார்ந்து சார்ந்து மணப்பது. அதுவன்றி இயற்கையாகவே ஞானம் மணக்கும் திருவடி அது. அதுவே ஞான மயமானது. ஞான மணமும் மலர் மணமும் வீசம் இறைவன் பூம்பதத்தை விரையார் கழல் என்று சொல்வது மிகவும் பொருத்தமானது."

"அந்த மெய்யன்பர் கண்ணீர் விடுகிறாரே!"

"விடுகிறார் என்று சொல்லக்கூடாது. அவராக நினைந்து முயன்று விடுவது அன்று அது. மற்றவர்களிடம் அதைக் காண முடியாது. கண்ணீர் தானே ததும்புகிறது. அது இயற்கையான மெய்ப்பாடு. மெய்யிலே புளகமும் நடுக்கமும் இயற்கையாகத் தோன்றியது போலக் கண்ணீரும் இயற்கையான விளைவு; பொய்யன்பர்களிடம் காண முடியாது.

**அன்பிற்கும் உண்டோ அடைக்கும்தாழ் ஆர்வலர்**
**புன்கணீர் பூசல் தரும்**

என்று வள்ளுவர் சொன்னார். கண்ணால் பார்க்கும் பார்வையில் முயற்சி இருக்கிறது. ஆனால் கண்ணீர் ததும்புவது முயற்சியினால் வருவது அன்று; உண்மையான அன்புணர்ச்சியின் விளைவாகத் தானே உண்டாவது அது. கைகுவிப்பதாகிய செயல் யாவரிடமும் பொதுவாக இருந்தாலும், மெய்யரும் புதலும் விதிர்விதிர்த்தலும் மெய்யன்பரிடமே காண முடியும். கண் பார்வையில் பிறவற்றைப் பாராமல் இறைவனையே நோக்குகிறவர்கள் இறைவன்பால் நோக்கமுடையவர்கள். அவர்களிலும் அவன் கழலைக் காண்பவர்கள் தலையானவர்கள். கழலைக் கண்டு கண்ணீர் விடுகிறவர்கள் மிக மிக உத்தமமானவர்கள்."

**"மெய்யான அன்பர்கள் மிக அரியரென்று தெரிகிறது. பொய்யான வேடதாரிகளே பலர் போலும்!"**

"வேடதாரிகள் என்று சொல்ல வேண்டாம். பொய்யான வாழ்க்கையிலே மோகம் கொண்டவர்கள் உலகத்தில் மிகுதியாக இருக்கிறார்கள். இறைவனை அணுகும்போதுகூட அந்தப் பொய் அவர்களை விட்டு விலகுவதில்லை. அடியார்களுடைய கூட்டத்தில் கலந்து கைகுவித்து வாயார வாழ்த்தும் பழக்கம் அவர்களிடம் உண்டாக உண்டாக அந்தப் பொய் நிலை மெல்ல மெல்லக் கழலுகின்றது. பொய்யான பற்றும், பொய்ப் பொருளில் மோகமும் முற்றும் ஒழியும் போது இறைவனிடம் முறுகிய அன்பு தலைப்படுகிறது.

அதுவரையில் மற்றவர்களைக் கண்டு, அவர்கள் செய்கிற காரியங்களை இவர்களால் செய்ய இயலும். மெய்யன்பர்கள் தலையின்மேல் கை குவிப்பதைக் கண்டு தாமும் கைகுவிப்பார்கள். அவர்கள், 'போற்றி சய சய போற்றி' என்று வாழ்த்துவதைக் கண்டு தாமும் வாழ்த்துவார்கள். ஆனால் அவர்களுக்கு உண்டாகும் புளகமும் நடுக்கமும் இவர்களுக்கு உண்டாவது இல்லை. கண்ணீர் ததும்புவதில்லை. நாளடைவில் உண்மையன்பர்களோடு சேர்ந்து சேர்ந்து இவர்களுக்கும் அன்பு உதயமாகிறது. காந்தத்தோடு உராயும் இரும்புக்கும் காந்த சக்தி அமைவதுபோல இவர்களுக்கும் அந்த மெய்ப்பாடுகள் சில சமயங்களில் உண்டாகின்றன. இவர்களுடைய உள்ளத்தில் பொய் கரையக் கரைய அந்த மெய்ப்பாடுகள் மிகுதியாகின்றன. நமக்கு இன்னும் இறைவன் திருவருள் கிடைக்கவில்லையே என்ற புழுக்கம் உள்ளே தோன்றுகிறது. நெஞ்சம் வெதும்புகிறார்கள். வேதனையினால் உண்டாகும் இந்தப் புழுக்கத்தினால் உள்ளத்தில் உள்ள மாசு கரைகிறது; தேய்கிறது. பொய் தவிர்ந்து போற்றுகிறார்கள். முன்பு உலகியல் வாழ்வில் இவர்களுடைய கரணங்கள் ஈடுபட்ட முறையே வேறு; இப்போது அன்பர் கூட்டத்திற் கலந்த பிறகு நிகழும் நிகழ்ச்சிகளே வேறு.

"நான் அதை உணர்கிறேன். இவர்களுடைய உள்ளம் வெதும்புகிறது; அதன் பயனாகப் பொய் தவிர்கிறது; இவை மனத்தில் உண்டாகின்றன. இவர்கள் உடம்பு நெகிழ்கிறது; புளகம் அரும்புகிறது; மேனி விதிர்விதிர்கிறது; கண் கழலை நோக்குகிறது; நீரைச் சொரிகிறது; இவை உடம்பில் நிகழும் செயல்கள். 'இறைவனே போற்றி! உன் திருவடி வெல்க! உன் அருள் வெல்க! போற்றி சயசய போற்றி' என்று வணங்கி வாழ்த்துகிறார்கள்; இவை வாக்கில் நிகழும் செயல்கள். பொய் தவிராத காலத்தில் இவர்கள் உடம்பும் கண்ணும் கையும் தலையும் யார் யாரையோ வணங்கின. என்ன என்னவோ மெய்ப் பாடுகளை உடையனவாக இருந்தன. இவர்கள் நெஞ்சங்கள் எதுஎதற்காகவோ வேதனையுற்றன. இவர்கள்

வாய் என்ன என்னவோ பிதற்றின. இப்போது மெய்யன்பு தலைப்படவே பொய்ச் செயலும் பொய்ச் சொல்லும் பொய் எண்ணமும் தவிர்ந்தன. இந்த மாற்றம் எனக்கு நன்றாகப் புலப்படுகிறது."

இளைஞர் முகமலர்ச்சியுடன் பேசினார். புதிய உலகத்தைக் கண்டவரைப் போன்ற வியப்பில் மூழ்கியிருந்தார்.

"இப்போது அந்த மெய்யன்பரைப் போய் மறுபடியும் பார்த்துவிட்டு வா; அவர் என்ன சொல்கிறார்? கேட்டு வந்து சொல்" என்று முதியவர் இளைஞரை அனுப்பினார்.

மூலையில் தூணுக் கருகில் அன்பின் உருவமாக நின்றிருந்த அடியாரைக் குறுகினார் இளைஞர். 'ஆண்டவனே! பல காலமாக நான் இப்படியே இருக்கிறேனே. நெகிழாமல் நிற்கிறேனே! உடையாய்! என்னைக் கண்டு கொள் அப்பா!" என்று அவர் கூறியதை ஆராய்ச்சியிலே புகுந்த இளைஞர் கேட்டார். கேட்டதை முதியவரிடம் வந்து சொன்னார்.

"மூன்று கரணங்களையும் இறைவன் திறத்திலே ஈடுபடுத்தும் பயிற்சியில், இடையிடையே பொய் வந்து ஈர்க்கும்; அன்பு நெறியில் தளர்ச்சி உண்டாகும். அந்தத் தளர்ச்சிக்கு இடம் கொடுக்காமல் மேலும் மேலும் இறைவன்பால் ஈடுபடுவார்கள் மெய்யன்பர்கள். அவரிடத்தில் கண்ட மெய்ப்பாடுகளும் செயல்களும் உரைகளும், அவரிடம் உள்ள நினைவுகளும் அன்புமயமானவை. இந்த நிலை அவரிடம் சிறிதும் நெகிழ வில்லை."

"ஏன்?"

''பின், என்னைக் கண்டுகொள் அப்பா என்கிறாரே;

'இறைவன் மீது அவருக்குள்ள பெருங்காதலை அது காட்டுகிறது. அன்பின் வேகத்தால் ஏங்கி நின்று அவர் பேசுகிறார். 'இறைவன் எத்தனையோ செயல்களைச் செய்கிறான். தன்னை அணுகி வேண்டுவார் வேண்டும்

பொருளை அளவறிந்து வழங்குகிறான். ஐந்தொழிலை நடத்துகிறான். அவ்வளவு செயல்களில் ஈடுபட்டிருக்கும் அவனுக்கு இந்த நாயேனைக் காண நேரம் ஏது? மகா ஞானியரும் யோகியரும் அன்பர்களும் அவனுடைய அருளுக்காக ஏங்கி நிற்கும்போது இந்த எளியேன் அவன் கண்ணில் படுவேனா!" என்ற ஏக்க உணர்ச்சியால் அப்படிப் பேசுகிறார். அது அன்பின் அறிகுறி. 'எத்தனையோ பேர்களைப் பார்த்துப் பல செயல்களைச் செய்யும் நீ எளியேனையும் கண்டு உனக்கு அடியனாகக் கொள்ளவேண்டும் அப்பா!' என்று சொல்கிறார். அவர் அவன் தான் தன்னை உடையவன் என்று கண்டுகொண்டார். அவனுடைய உடைமையே தாம் என்பதையும் கண்டு கொண்டார். உடையவன் தன் உடைமையை மறந்திருக்கலாமா? 'இதோ உன் உடைமை இங்கே இருக்கிறது. இதைக் கண்டு கொள்' என்று தம் அடிமை நிலையையும் இறைவனுடைய உரிமை நிலையையும் உணர்ந்து பேசுகிற பேச்சு, "உடையாய்! என்னைக் கண்டு கொள்' என்னும் பேச்சு."

***மெய்தான் அரும்பி விதிர்விதிர்த்து***
***உன்விரை ஆர்கழற்குஎன்***
***கைதான் தலைவைத்துக் கண்ணீர்***
***ததும்பி வெதும்பிஉள்ளம்***
***பொய்தான் தவிர்ந்துஉன்னைப் போற்றி***
***சயசய போற்றிஎன்னும்***
***கைதான் நெகிழ விடேன்உடை***
***யாய்! என்னைக் கண்டுகொள்ளே.***

*[உடம்பில் புளகம் அரும்பி, நடுங்கி, உன்னுடைய மணம் நிரம்பிய திருவடிக்கு என் தலையின்மேல் கையை வைத்து வணக்கம் புரிந்து, கண்ணீர் ததும்பி, உள்ளம் வேதனையினால் புழுங்கி, பொய்யான பற்றையும் உணர்ச்சிகளையும் நீங்கி, உன்னை வணங்கி, 'வெல்க வெல்க! போற்றி' என்னும் ஒழுகலாற்றைச் சிறிதும் தளர விடமாட்டேன். உடையவனே! என்னை இவன் நம் அடியான் என்று கண்டு அறிந்து என்னை ஏற்றுக் கொண்டருள்.*

மெய் - உடம்பு. தான்: அசை. அரும்பி - புளகம் அரும்பி; மயிர்க்கூச்செறிந்து. விதிர் விதிர்த்து - நடுங்கி. விரை - மணம். கழல் காலில் அணியும் வீர வெண்டயம்; அது இங்கே திருவடிக்கு ஆயிற்று; ஆகு பெயர். கழற்கு கழலின் பொருட்டு. ததும்பி - பொங்கி. வெதும்பி - புழுங்கி; வேதனை அடைந்து. போற்றி - வணங்கி. இரண்டு போற்றிகளையும் அன்பருடைய வார்த்தைகளாக வைத்தும் பொருள் சொல்லலாம். சய - ஜய; வெல்க, கை - ஒழுக்கம். நெகிழ - தளர. கொள் - ஏற்றுக்கொள்.)

மாணிக்கவாசகர் பாடியருளிய திருவாசகத்தில் திருச்சதகம் என்னும் பகுதியில் உள்ள நூறு பாடல்களில் முதற் பாடலாக விளங்குவது இப்பாட்டு. திருச்சதகத்துக்கு முன் சிவ புராணம், கீர்த்தித் திருவகல், திரு வண்டப் பகுதி, போற்றித் திருவகவல் என்ற நான்கு நெடும்பாடல்கள் உள்ளன. போற்றித் திருவகவலை அடுத்து நிற்பது திருச்சதகம். அந்தத் திருவகவல்,

**போற்றி போற்றி புராண காரண**
**போற்றி போற்றி சயசய போற்றி!**

என்று முடிகிறது. தொடர்ந்து வரும் திருச்சதகத்தின் முதற் பாட்டாகிய இதில் அதன் கடைசியடியிலுள்ள சொற்கள் வீணையின் ஒலி இழைவது போலக் கேட்கின்றன.

**போற்றி சயசய போற்றி என்னும்**
**கைதான் நெகிழவிடேன்.**

மெய் புளகம் போர்ப்ப, நடுக்கம் உண்டாக, கையைத் தலையின்மேல் வைத்து, கண்ணீர் வார, சயசய போற்றி என்று வாழ்த்தி நிற்கும் அன்பருடைய கோலம் இந்தப் பாட்டைப் படிக்கும்போது நமக்குப் புலனாகிறது. இவை கண்ணாற் காணும் காட்சிகள். இவற்றோடு உள்ளம் வெதும்புதலும் பொய் தவிர்த்தலும் தளர்ச்சியின்றி நிற்றலுமாகிய பண்புகளும் கருத்துக் குட் பதிகின்றன. அன்புக்கு உருவம் இல்லை; ஆனாலும் அதன் விளைவுகளையெல்லாம் ஒருங்கே

காணும்போது, "இதுதான் அன்பின் உருவம்!" என்று சொல்வதில் தடை என்ன?

# கரந்து நில்லாக் கள்வன்

அவர் ஒரு சிவ பக்தர். பேராசையுள்ள சிவ பக்தர். உலகத்துப் பொருள்களிலே பேராசை இல்லை. தமக்கு மேன்மேலும் அன்பு வளர வேண்டும் என்னும் பேராசை உடையவர். அவருடைய அன்பு நிலையைக் கண்டாலே, "இப்படி இருப்பவர்கள் உலகத்தில் யார்!" என்று நமக்கு வியப்பு உண்டாகும். ஆனால் அவரோ, "நான் என்ன அன்பு செய்துவிட்டேன்! நான் இன்னமும் செய்யுமாறெல்லாம் செய்யவில்லையே! இறைவன் அந்த நிலையில் என்னை வைத்தருள வில்லையே!" என்று மனம் நைந்து சாம்புவார்.

காலையில் எழுந்து எங்கே மலர்ச் செடிகள் உண்டென்று நாடிச் தேடிச் செல்வார். சிவபெருமானுடைய தலங்கள் எங்கு உண்டோ அங்கெல்லாம் அவரைப் பார்க்கலாம். பல வகையான மலர்களைப் பறிப்பார். பறித்துக் கோதுநீக்கி ஆய்வார். என்ன என்ன மலர்கள் இறைவனுக்கு உரியன என்று சாத்திரங்களை ஆராய்வார்; புராணங்களை ஆராய்வார்; அன்பர்களைக் கேட்பார். இப்படிப் பலவாறாக ஆய்ந்த மலர்களையெல்லாம் தொகுத்து இறைவனுக்கு அருச்சனை செய்ய முற்படுவார்.

ஒரு நாள் இரண்டு நாள் செய்கிற காரியம் அன்று இது. எப்பொழுதும் இதுவேதான் அவருக்கு வேலை. 'இறைவனுடைய இந்தத் தலத்துக்கு இன்று போக வேண்டும்; இன்ன இன்ன மலர்களையெல்லாம் கொண்டு போக வேண்டும்; இத்தனை அருச்சனை செய்ய வேண்டும்' என்று அவர் எப்பொழுதும் நினைத்துக்கொண்டே இருப்பார்; நினைத்த படியே செய்வார்.

**பரந்துபல் ஆய்மலர் இட்டு.**

இது ஒரு நாளும் முட்டுப்படாமல் நடந்து கொண்டே வருகிறது. இறைவனுடைய அடியிலே அருச்சனை செய்து அதனை வணங்குவதே அவர் வேலை.

**முட்டாது அடியே இறைஞ்சி.**

ஒரு நாள் அவரை ஒருவர் கண்டார். "ஐயா, நீர் எப்போதும் இவ்வளவு பரபரப்போடு மலர்களையெல்லாம் குவித்து ஒருநாள் கூடத் தடை இல்லாமல் ஆண்டவனுடைய திருவடிக்கு அருச்சனை செய்து விழுந்து விழுந்து வணங்குகிறீரே; உம்முடைய வாழ்க்கை எப்படி நடக்கிறது? நீர் எப்படிச் சம்பாதிக்கறீர்? உமக்கு யார் பொருள் கொடுக்கிறார்?" என்று கேட்டார். அந்த அடியவர் பேச ஆரம்பித்தார்.

"பொருள் ஈட்டுவதைச் சொல்கிறீர்களா? யாரைக் கேட்டால் நமக்கு வேண்டிய பொருள் கிடைக்கும் என்று நினைக்கிறீர்கள்?" என்று திரும்பிக் கேட்டார்.

"ஏன்? எத்தனையோ செல்வர்கள் இருக்கிறார்கள். நாம் செய்கிற வேலையை வாங்கிக்கொண்டு கூலி கொடுக்கிறவர்கள் இருக்கிறார்கள். அவர்களிடத்திலே சென்று வேலை செய்து வேண்டியவற்றைப் பெறலாமே!" என்றார் நண்பர்.

அதைக் கேட்ட பக்தர் சற்றுப் புன்னகை பூத்தார். "நான் சோம்பேறி. எனக்குப் பிறருடைய உள்ளம் விரும்பும்படியாக வேலை செய்ய முடியாது. என்ன செய்வது?" என்றார்.

"அப்படியானால் அன்புடையவர்களிடத்திலே போய் எனக்கு இது வேண்டும் என்று கேட்கலாமே!" என்று நண்பர் சொன்னார்.

"கேட்கலாம் நான் கேட்கும் பொருளெல்லாம் கொடுக்கிற மனிதன் இந்த உலகத்தில் இருக்கிறானா?" என்று கேட்டார்.

"ஏன் இல்லை?" என்று நண்பர் சொன்னார்.

"மனிதனுக்கு எத்தனை பேராசை என்று உமக்குத் தெரியாதா? யார் நமக்கு ஒரு பொருளைக் கொடுக்கிறாரோ, அவருக்கே பல ஆசை இருக்குமே! தாமே குறைவுடையவர், குறையில்லாதபடி நமக்கு எப்படித் தருவார்?" என்று சொன்னார் அந்தப் பக்தர்.

"ஆண்டவனை வழிபடுகிறீரே; அவன் மாத்திரம் தந்து விடுவானா?" என்று நண்பர் கேட்டார்.

"நிச்சயமாகத் தருவான். நாம் எதைக் கேட்கிறோமோ அவற்றையெல்லாம் தருவான். அந்த நம்பிக்கையோடுதான் எத்தனையோ பேர் ஆண்டவனிடம் அடைக்கலம் புகுகிறார்கள். யார் தன்னிடத்திலே வந்து பூசனை புரிந்து வழிபடுகிறார்களோ அவர்களுக்கு எளியனாகி, அவர்கள் கேட்கின்ற எல்லா வற்றையும் கொடுக்கின்ற பெருவள்ளல் அல்லவா எம் பெருமான்!" என்று மனம் உருக உருகப் பேசினார் அந்தப் பக்தர்.

"எல்லாரும் அப்படிச் சொல்லக் காணோமே. இறைவன் வாழ்க்கையில் சோதனையே உண்டாக்குகிறான் என்றல்லவா பேசுகிறார்கள்?" என்றார் நண்பர்.

'அது அறியாதவர்கள் கூற்று. இறைவன் எல்லோருக்கும் எல்லாவற்றையும் தந்துவிடமாட்டான். அவன் பெரிய கள்வன். எல்லாருக்கும் மறைந்து நிற்கும் கள்வன். சாத்திரத்தை மாத்திரம் ஓதிக்கொண்டிருக்கிறவர்களுக்கு மறைந்திருப்பான். தோத்திரத்தை வெளிப்படையாகச் சொல்லிக் கொண்டிருக்கிறவர்களுக்கும் மறைந்திருப்பான். ஆகமத்தை அறிந்தவர்களுக்கு அந்த ஆகமத்திற்குள்ளே இருந்து மறைந்திருப்பான். உண்மையான அன்பு இல்லாதவர்கள் கரடியாகக் கத்தினாலும் வேறு எந்த வகையில் முயற்சி பண்ணினாலும் அவனுடைய திருவருளைப் பெறுவது அரிது. எல்லாருக்கும் கள்வனாக ஒளிந்து நிற்கின்றவன் அவன்.

"அந்தக் கள்வனையும் மயக்கக் கூடியவர்கள் அன்பர்கள். அவர்கள் எதைக் கேட்டாலும் அளிக்கிறவன். இவனை நாம் இடைவிடாமல் மலரால் அருச்சித்து எதைக் கேட்டாலும் கொடுத்துவிடுவான்' என்று அன்பர்கள் அணுகுகிறார்கள்."

"அப்படி அவர்கள் எண்ணுகிறார்கள் என்பது அவனுக்குத் தெரியுமோ?"

"நன்றாகத் தெரியும். அவர்களுடைய உள்ளத்தில் இருக்கிறவனுக்கு அது தெரியாதா? அங்கே அவன் கரந்து நிற்க மாட்டான். அவர்கள் இரப்பவற்றையும் கரவாமல் தந்தருள்வான்."

"இறைவனிடம் அன்பு வைக்கிறவர்கள் இப்படி எண்ணலாமா?"

"தாய் பல தின்பண்டங்களைப் பண்ணி வைத்திருக்கிறாள். அவற்றைக் கண்டு குழந்தை ஆசைப்படுகிறது. நாம் செய்தவற்றைத் தின்ன இது ஆசைப்படுகிறதே என்று எந்தத் தாயாவது சினம் அடைவாளோ? அன்பர்கள் வேண்டியவற்றை இறைவன் கொடுக்கிறதில் வியப்பு ஒன்றும் இல்லை. அப்படிக் கொடுக்கின்ற வள்ளலையன்றி வேறு யாரைப்போய் இறைஞ்சுவது?" என்று பக்தர் கூறி முடித்தார்.

**பரந்துபல் ஆய்மலர் இட்டுமுட்**
**டாதுஅடி யேஇறைஞ்சி**
**இரந்தஎல் லாம்எமக் கேபெற**
**லாம்எனும் அன்பர் உள்ளம்**
***கரந்துநில் லாக்கள்வனே!***

*[பல இடங்களுக்குச் சென்று ஆராய்ந்து எடுத்த பல மலர்களை அருச்சித்து இடையீடு இன்றித் தன் திருவடியை வணங்கி இரந்த எல்லாவற்றையும் நமக்கென்று பெற்றுக்கொள்ளலாம் என்று எண்ணும் அன்பர்களின் உள்ளத்தில் மறைந்து நில்லாத கள்வனே!*

பரந்து-பல இடங்களிற் சென்று; பரபரப்புடன் என்றும் சொல்லலாம். ஆய்மலர்-ஆராய்ந்த மலர்கள். முட்டாது-இடையீடு இன்றி. இறைஞ்சி- வணங்கி. கரந்து-மறைந்து.]

அன்பர்களிடத்தில் இத்தனை அன்புடையவனாக இருக்கின்ற ஆண்டவனைப் பணியாமல், வாழ்த்தாமல், அவனை நினைந்து உருகாமல், வீணாக யார் யாரையோ நம்புவதில் பயன் என்ன? அவனுடைய திருவடிக் கண்ணே உண்மையான அன்பு இடையீடில்லாமல் இருந்தால் நமக்கு எதனாலும் குறைவே உண்டாகாது. அந்த அன்பைத்தான் நாம் அவனிடத்திலே யாசிக்க வேண்டும். 'எனக்கு அது வேண்டும். இது வேண்டும்' என்று கேட்பதற்கு முன்னாலே, "எனக்கு உன்னுடைய அன்பு வேண்டும்" என்று யாசித்தால், அதன் பிறகு இறைவன் வேண்டியவற்றையெல்லாம் தருவான். இறைவனுடைய அன்பர் கூட்டத்துக்குள்ளே ஒருவனாக அமர்ந்துவிட்டால் பிறகு எது கேட்டாலும் தருவான்.

கேட்பதற்கு எல்லாருக்கும் தெரியும். உலகிலுள்ள மக்கள் எல்லோரும் எத்தனையோ பொருள்கள் வேண்டுமென்று இறைவனைக் கேட்டுக்கொண்டுதான் இருக்கிறார்கள். அவர்கள் கேட்பதற்கு முன்னாலே ஒன்று செய்ய வேண்டும். அவன்பால் அன்புடையவராக வேண்டும். அப்படியானால்தான் அவனைக் கேட்கும் உரிமை கிடைக்கும். ஆனால் அவர்களுடைய உள்ளத்தில் வெறும் ஆசை இருக்கிறதே அன்றி அன்பு இல்லை.

இறைவனுடைய திருவடியில் முறுகிய அன்பு தோன்றிவிட்டால் அப்புறம் கேட்பன எல்லாம் பலிக்கும். வண்டியிலே ஏறின பிறகுதான், "ஒரு மணி நேரம் போனோம்; பத்து மைல் கடந்துவிட்டோம்" என்று சொல்ல முடியும். வண்டியில் ஏறாமல் கீழே நின்றுகொண்டு ஒரு மணி கழித்துப் பார்த்தால், "அடடா! இருக்கிற இடத்திலேயே இருக்கிறோமே" என்றுதான் சொல்லும்படி இருக்கும். இறைவனுடைய அன்பு வண்டியில் ஏறின பிற்பாடுதான் நாம்

எது கேட்டாலும் கிடைக்குமே அன்றி அதற்கு முன்னால் கேட்பன எல்லாம் கிடையா.

இதில் மற்றோர் அதிசயம்: வண்டியிலே ஏறின பிறகு அவன் கேட்கிற கேள்வியே வேறு விதமாகப் போய்விடும்; அவனுடைய ஆசையே மாறிவிடும். உலகில் இருக்கின்ற மக்கள் எல்லாவற்றையும் கேட்பார்கள். அவர்கள் உள்ளம் ஆசை நிரம்பியது. அன்பர்களோ எல்லாவற்றையும் கேட்பதில்லை. பெரும்பாலும் தங்களுடைய வாழ்க்கைக்கு வேண்டியவை இவை என்று எண்ணிக் கவலையடைவதோ கேட்பதோ இல்லை. "இறைவனே நமக்கு வேண்டியவற்றைத் தருவானே. குறிப்பறிந்து தருகின்ற கொடையாளியாகிய அவனிடத்தில் இன்னது வேண்டும் என்று சொல்வது பைத்தியக் காரத்தனம்" என்றுதான் நினைப்பார்கள்.

ஒருகால் அவர்கள் ஏதேனும் கேட்டுவிட்டால் அது மிகச் சிறியதாகத்தான் இருக்கும். எல்லா ஐசுவரியங்களையும் தேவர்களுக்கும் மற்றவர்களுக்கும் தந்து காப்பாற்றுகின்ற பேரருளாளனாகிய ஆண்டவன் பக்தர்கள் கேட்கின்ற சிறிய பொருளைத் தராமலா போவான்?

"இரந்த எல்லாம் கொடுக்கிறான்" என்று சொன்னால், "கேளாததைக் கேட்பார்கள். இறைவனாலே கொடுக்க முடியாததைக் கேட்பார்கள். அப்போது என்ன செய்வது?" என்று நினைக்கக் கூடாது. எது கேட்டாலும் இறைவன் தருவான். ஆனாலும் தங்களுக்கு நன்மை தராத பொருளை அவர்கள் கேட்கவே மாட்டார்கள். கேட்பதே மிக அருமையாக இருக்கும்.

ஆசைப்படுவதற்கு முன்னாலே அன்பு செய்ய வேண்டும். அன்பு செய்த பிறகு, எதைக் கேட்டாலும் தருவான். இடையீடில்லாத அன்பு யாருக்கு இருக்கிறதோ அவர்கள் எப்பொழுது எதைக் கேட்டாலும் தருவான். சில காலம் அன்பு வைத்துச் சில காலம் மறந்திருந்தால் அன்பு வைத்த காலத்தில்தான் கேட்ட பொருள் கிடைக்கும். எப்பொழுது

கேட்டாலும் எது கேட்டாலும் கிடைக்க வேண்டுமானால் எல்லாச் சமயத்திலும் ஆண்டவனிடத்திலே அன்பு இருக்க வேண்டும். அன்பு இடையீடில்லாததாக இருந்தால் இரந்த வெல்லாம் நமக்குக் கிடைக்கும்.

***நின் வார்கழற்கு அன்பு எனக்கு***
***நிரந்தர மாய் அரு ளாய்***

என்று கேட்கிறார் மாணிக்கவாசகர். இந்த அன்பைக் கேட்பதற்குக் காரணம், இரந்தவெல்லாம் எமக்கே பெறலாம் என்ற நோக்கம் அன்று. அந்த நோக்கம் தவறு. இறைவனிடத்திலே அன்பு செய்வது இறைவனுடைய திருவருள் கிடைக்க வேண்டும் என்ற ஒன்றுக்குத்தான். ஏதேனும் வேண்டுமானால் கேட்கலாம்; கிடைக்கும். அது நடுவிலே வந்த செய்தி. இறைவனிடத்தில் அன்பு உடையவனாக இருப்பதே ஒரு பெரிய இன்பம்.

இடையீடில்லாத அன்பு எதற்காக வேண்டும்? இறைவனைத் தொழுவதற்காகத்தான். அதை மாணிக்கவாசகர் சொல்லுகிறார்.

***நின் கழற்கு அன்பு எனக்கு***
***நிரந்தர மாய் அரு ளாய்நின்னை***
***ஏத்த முழுவதுமே.***

'என்னுடைய வாழ்நாள் முழுவதும் உன்னைப் பூரணமாக ஏத்துவதற்காக அன்பு வேண்டும். பிறிதொன்றை ஏத்தாமல் நின் திருவடிகளையே ஏத்துவதற்காக எனக்கு அன்பு வேண்டும். அது நிரந்தரமாக இருக்க வேண்டும்' என்று வேண்டிக்கொள்கிறார்.

***பரந்துபல் ஆய்மலர் இட்டுமுட்***
***டாதுஅடி யேஇறைஞ்சி***
***இரந்தஎல் லாம்எமக் கேபெற***
***லாம்எனும் அன்பர்உள்ளம்***
***கரந்துநில் லாக்கள்வ னேநின்றன்***

**வார்கழற்கு அன்பு எனக்கு**
**நிரந்தர மாய்அரு ளாய், நின்னை**
**ஏத்த முழுவதுமே.**

*(வார்கழற்கு-நீண்ட திருவடிகளுக்கு. நிரந்தரமாய்-இடையீடு இன்றி. முழுவதும்-வாழ்நாள் முழுவதும்.)*

# இரண்டு வழிகள்

இரண்டு சாலைகள் பிரிகிற இடத்தில் ஒரு மனிதன் நின்று கொண்டிருந்தான். எந்த வழியாகப் போகவேண்டு மென்பதைச் சற்று யோசித்தான். இரண்டு வழியிலும் இந்தச் சாலை இன்ன இன்ன இடத்திற்குச் செல்லுவது என்ற குறிப்பு இருந்தது. ஒரு சாலையில் 'ஆமாறு' என்று போட்டிருந்தது. மற்றொரு சாலையில் 'சாமாறு' என்று போட்டிருந்தது.

ஆதல், சாதல் என்ற இரண்டும் ஒன்றுக்கொன்று நேர் விரோதம். மனிதன் மேலும் வளர்ச்சி பெறுவதை ஆக்கம் என்று சொல்வார்கள். இறந்து போவது சாவு என்பது நமக்குத் தெரியும் மனிதன் நாள் ஆக ஆகத் தான் வளர்ந்து வருவதாகவே நினைக்கிறான். ஆனால் உண்மையை நோக்கினால் அவன் சாவை நோக்கிப் பிரயாணம் செய்து கொண்டிருக்கிறான். 'இருபது ஆண்டுகள் ஆயின. அதற்கு ஏற்ற வளர்ச்சி அவனுக்கு ஏற்பட்டிருக்கிறது' என்று சொல்வதைக் காட்டிலும், 'மரணம் என்ற முடிவிடத்தைக் குறுகுவதற்கு இருபது ஆண்டு கடந்துவிட்டான்; அந்த மரணத்துக்கும் அவனுக்கும் இடையில் இருபது ஆண்டுத் தூரம் குறைந்துவிட்டது' என்றுதான் கொள்ள வேண்டும்.

நாம் புறப்பட்ட இடத்தைப் பற்றி எண்ணுவதைக் காட்டி லும் போய்ச் சேர வேண்டிய இடத்தைப்பற்றி நினைப்பதுதான் அறிவுடைமைக்கு அழகு. போய்ச் சேருகிற இடம் இன்ன தென்று நமக்கு முதலில் தெரிந்துவிட வேண்டும். நம்முடைய உள்ளத்தில் நல்ல இடத்திற்குப் போவோம் என்று நினைத்துக் கொண்டால் போதாது; அதற்குரிய முயற்சியும் செய்ய வேண்டும்.

இரண்டு சாலைகளும் சந்திக்கின்ற இடத்தில் நிற்கின்ற பிரயாணி ஆக்கத்திற்குரிய வழியில் செல்லுவானேயன்றி மரணத்துக்குரிய வழியில் செல்லமாட்டான். சாதலைக் காட்டிலும் ஆதல்தான் மனிதனுக்கு விருப்பம். "உனக்கு மரணமில்லாப் பெருவாழ்வைத் தருகிறேன்; இந்த மருந்தைச் சாப்பிடு; மரணம் வராது'' என்று சொன்னால் அதைச் சாப்பிடுவதற்கு நாம் தயாராக இருக்கின்றோம். தேவர்கள்கூட மரணம் இல்லாத வாழ்வு பெறுவதற்காகத்தான் அமுதத்தை உண்டார்கள். நாமும் அமுதம் கிடைக்குமானால் உண்ணுவதற்குச் சித்தமாக இருக்கிறோம். ஆனால் அந்த அமுதம் கிடைக்கும் இடம் இன்னது என்றுதான் தெரியவில்லை. அது எளிதிலே கிடைத்தால் நாம் உண்ணுவோம். முயற்சி இல்லாமலே கிடைத்தால் ஊக்கத்துடன் உண்ணுவோம்.

உண்மையில், மரணத்தை வெல்வதற்குரிய வழி ஏதாவது உண்டா, இல்லையா? உண்டு. அது தெரியாமல் இருப்பதனால் சாகும் ஆற்றில் நாம் செல்லுகிறோம். ஆதல் என்ற முடிவுக்குக் கொண்டு போய்ச் சேர்கின்ற வழி வேறு இருக்கிறது. உலகத்தில் உள்ள மக்களில் பெரும்பாலோர் சாதல் என்ற இடத்திற்குத்தான் போய்க்கொண்டிருக்கிறார்கள்; மிக விரைவாகப் போய்க் கொண்டிருக்கிறார்கள். எத்தனைக்கு எத்தனை அவர்களுக்கு ஆற்றலும் அறிவும் இருக்கின்றனவோ அத்தனைக்கு அத்தனை அவர்கள் மிக விரைவாக மரணத்தை நோக்கிச் செல்லுகிறார்கள். அவர்களுடைய சதுரப்பாடெல்லாம், சாமாற்றைச் சார்வதற்கே, மரணத்தை அடைவதற்கே அமைகின்றன.

**சாமாறே விரைகின்றேன் சதுராலே சார்வானே.**

*(சதுராலே-சாமர்த்தியத்தால், சார்வான்-அடைய.)*

ஆமாறு அல்லது ஆதல் என்ற இடத்துக்குச் செல்லுகின்ற வழியிலே அற்புதமான பூஞ்சோலைகளெல்லாம் இருக்கின்றன. அந்த வழியிலே போவதற்குரிய முயற்சியை

நாம் செய்ய வேண்டும். நம்முடைய சமுதாயம் அதற்கு நேர் எதிர்ப் பாதையில்தான் செல்லுகின்றது. அதனால் ஆதல் என்ற லட்சியத்தை நோக்கிச் செல்லுகிற பாதையில் அதிகக் கூட்டம் இருப்பதில்லை. எங்கே அதிகக் கூட்டமோ அதுதான் நல்லது என்ற நினைப்பு நமக்கு உண்டாகி இருக்கிறது. ஜனநாயக, காலத்தில் அந்த நம்பிக்கை மிக அதிகமாகப் போய்விட்டது. நல்லதா, அல்லாததா என்று பார்ப்பதைக் காட்டிலும், எத்தனை பேர் போகிறார்கள் என்று பார்க்கிற நினைவுதான் இந்தக் காலத்தில் நமக்குத் தோன்றிக்கொண்டிருக்கிறது.

உண்மை எப்பொழுதும் உண்மையாகத்தான் இருக்கும். ஆயிரம் பேர் சேர்ந்து உண்மை அல்ல என்று சொல்வதற்காக உண்மை பொய்யாகாது. அப்படித்தான் ஆக்க வழி அல்லது ஆதலைச் சார்கின்ற வழியானது என்றைக்கும் நன்மையைத்தான் பயக்கும். அந்த வழியிலே நடக்கிறவர்கள் மிகச் சிலராகவே இருக்கலாம். ஆனாலும் ஆக்கம் ஆக்கந்தான்; அதைச் சார்வதற் குரிய வழி நன்மையைப் பயப்பதுதான். சொல்லகிறவர்கள் சிலர் என்று அதைக் குறைவாக நினைக்கக் கூடாது. மாணிக்கவாசகரைப் போன்ற சிலர்தாம், "இது ஆகின்ற வழி" என்று சொல்லுகிறார்கள். இனி, ஆகின்ற வழி எப்படி இருக்கிறது என்பதைப் பார்க்கலாம்.

ஆமாறு என்பது இன்னது என்பதைத் தெரிந்து கொள்ள வேண்டும். ஆக்க நெறி அல்லது நாம் வளர்ச்சி பெற்றுப் பரிபூரணத்தை அடையும் நெறி எதுவோ அதுதான் ஆம் ஆறு. முன்னாலே உள்ள வரையறையின்படி, அநுபவிக்க வேண்டிய துன்பங்களை இப்பொழுது நுகர்ந்து கொண்டிருக்கிறோம். 'மறுபடியும் அடுத்த பிறவி எடுத்து இதைப் போன்ற துன்பத்தையே அநுபவிப்போம். அதற்கு ஏற்ற வகையில் நாம் வாழ்கிறோம்' என்றால், அது ஆம் ஆறு ஆகாது. உலகில் நாம் வரும்பொழுது பிராரப்தம் என்ற வினை மூட்டையைக் கட்டிக்கொண்டு வருகிறோம். நம்முடைய கணக்கில் பெரிய வினைக் குவியல் ஒன்று இருக்கிறது. அதற்குச் சஞ்சிதம் என்று பெயர். அதிலிருந்து ஒரு பகுதியை இந்த வாழ்க்கையில் கரைத்து விடுவதற்காகக் கொண்டு வருகிறோம். அதற்குத்தான்

பிராரப்தம் என்று பெயர். ஆனால் நாம் கையிலே கொண்டு வந்ததைக் கரைத்து விடுவதோடு நின்றுவிடுவதில்லை. புதிய மூட்டையையும் சேர்த்துக்கொண்டு போகின்றோம். இந்தப் பிறவியிலே நாமாகச் சேர்த்துக்கொள்ளுகிற வினை மூட்டை அது; அதற்கு ஆகாமியம் என்று பெயர். இப்படி வினைகள் மூன்று விதம்; நம்முடைய கணக்கிலே பலகாலமாகச் சேர்ந்து வருகின்ற மூட்டையாகிய சஞ்சிதம் ஒன்று; இந்தப் பிறவியிலே அநுபவிப்பதற்காக வரையறை செய்யப்பெற்ற பிராரப்தம் ஒன்று; இந்தப் பிறவியிலே புதிதாக ஏற்றுக்கொள்கிற வினையாகிய ஆகாமியம் ஒன்று; ஆக மூன்று. இந்த மூன்றில் பிராரப்தத்தைக் கரைத்துவிட்டு இறைவனுடைய திருவடியாகிய லட்சியத்தை நினைந்து வாழ்கிற வாழ்வுதான் ஆக்க வாழ்வு. எது நிரதிசய ஆனந்தத்துக்கு அழைத்துச் செல்லுமோ, எந்த நெறியில் சென்றால் துன்பங்களுக்கு அப்பால் உள்ள ஆனந்த நிலையை அடையலாமோ, அந் நெறிதான் ஆக்க நெறி.

அந்த நெறி இன்னதென்று பெரியோர்களெல்லாம் சாத்திரங்களிலும் தோத்திரங்களிலும் காட்டியிருக்கிறார்கள். சாத்திரங்களில் காட்டியவையெல்லாம் சட்டத்தால் சொல்லப் பெறுபவை போன்றன. தோத்திரங்களாகிய தேவாரம் முதலியவற்றிலே சொன்னவை தங்களுடைய வாழ்க்கையிலே பெரியவர்கள் அநுபவித்துக் காட்டிய நெறிகள். திருவாசகத்தில் மாணிக்கவாசகர் ஆக்க வழியைக் காட்டுகிறார். "நான் ஆக்கவழியிலே போகவில்லையே!" என்று புலம்புகிறார். உண்மையிலே அவர் ஆக்க வழியிலே செல்லுகிறவர். ஆனாலும் அவருடைய அன்பு அப்படிப் புலம்பச் செய்கிறது. அவர் புலம்புவதனாலே ஆக்க வழி இன்னது என்பது நமக்குப் புலப்படுகிறது.

**ஆமாறுஉன் திருவடிக்கே அகம்குழையேன்**

என்று தொடங்குகிறார். ஆக்க வழிப் பயணத்தில் அடிப் படையான நிலை, உள்ளம் குழைவது. ஆக்கவழியிலே அடி எடுத்து வைப்பவனுக்கு முதல் பக்குவம் உள்ளம் குழைதல்.

அப்படிக் குழைவதற்கு மூல காரணம் அன்பு. அன்பினாலே உருகவேண்டும். ஆக்கவழி அல்லாத சாதல் வழியிலே செல்லு கிறவர்களுக்கோ மனம் கல்லாக இருக்கின்றது. தம்முடைய நலத்தையே நினைக்கின்ற வன்மை, பிறருடைய நன்மைகளைக் கண்டால் பொறாமைப்படும் வன்மை, உலகில் உள்ள பொருள் களையெல்லாம் நாம் ஆளவேண்டும் என்ற ஆசையினாலே உண்டான வன்மை - இப்படிப் படலம் படலமாக அழுத்திக் கொண்டிருக்கின்ற தீய இயல்புகளால் மனம் கல்லாகிப் பாறையாகி வன்மையாக இருக்கிறது. அத்தகைய மனம் நெகிழ்ந்து கொடுக்க வேண்டும். அந்த நெகிழ்ச்சி உண்டாக அன்பு என்ற சூடு ஏறவேண்டும். உலகில் உள்ள உயிர்களிடத்தி லெல்லாம் அன்பு பரவினால் அப்பொழுது நெஞ்சு நெகிழும். ஆசை, லோபம், பொறாமை முதலிய இறுகல் தன்மை யெல்லாம் மாறிவிடும்.

பயணம் போகிறவனுக்குப் போகின்ற வழிக்கு ஏற்றபடி சில ஏற்பாடுகள் செய்துகொள்ள வேண்டியிருக்கும். அந்த அந்த வழியிலே போகிறவர்களிடம் சில பொதுவான செயல்களைக் காணலாம். காட்டு வழியிலே போகிறவர்கள் கையில் ஆயுதங்களுடன் செல்வார்கள். கூட்டமாகப் போவார்கள். நிழலும் நீரும் உள்ள சாலை வழியே போகிறவர்கள் அங்கங்கே தாகத்திற்குத் தண்ணீர் அருந்தி மர நிழலில் தங்கி இளைப்பாறிச் செல்வார்கள். இந்தச் செயல்கள் வழியின் இயல்புக்கு ஏற்ப மாறுபடும்.

ஆகின்ற வழியிலே செல்லுபவர்கள் என்ன என்ன செய்வார்கள்? அவர்கள் இறைவன் திருவடியை நினைந்து உள்ளம் -குழைவார்கள்; அன்பினால் உருகுவார்கள். அகம் குழைவதை அவர்களுடைய கண்களும் முகமும் பேச்சும் காட்டும். அவற்றில் உருக்கம் உண்டாகும். மணற்குன்றுக்கு அடியிலே தண்ணீர் ஓடினால் அந்தக் குன்று மெல்ல மெல்லக் கரைகிறது. அகம் அன்பினால் குழையும்போது உருக்கம் ஏற்படு கிறது. இவை இரண்டும் உள்ளத்திலே தோன்றும் உணர்ச்சியும் அதனால் விளையும் மெய்ப்பாடும் ஆகும். அடுத்தபடியாக விளைகின்ற செயல்கள் சில உண்டு.

நம் அன்புக்கு உரிய குழந்தை, மனைவி ஆகியவர்களிடம் அன்பைப் பல படியாகக் காட்டுகிறோம். அவர்களுக்கு அலங்காரம் செய்து பார்க்கிறோம். நம் விருப்பத்துக்கு உரிய எல்லாப் பொருள்களையும் அலங்காரம் செய்வதில் நமக்குத் திருப்தி உண்டாகிறது. வீட்டை அலங்கரிக்கிறோம்; உடம்புக்கு அலங்காரம் செய்து கொள்கிறோம்; குழந்தைக்கு ஆடையணிகள் புனைகிறோம். இறைவனிடத்தில் அன்பு பூண்டு அகம் குழைந்து உருகும் அன்பர்கள் தம் அன்பைப் பல வழிகளில் காட்டுகிறார்கள். இறைவனுடைய உருவத் திருமேனியைப் பூமாலை புனைந்து வழிபடுகிறார்கள். அவனுடைய பெருமையைப் பலவாறு எடுத்துப் பாராட்டிப் புகழ்கிறார்கள்.

இறைவன் தேவர்களுக்கெல்லாம் தலைவன்; மகாதேவன். அவனுடைய பெருமையை நாம் உணர்ந்து அன்பு செய்யும் போது அவன் திறத்தில் இன்னும் என்ன என்ன செய்யலாம் என்று தோன்றிக் கொண்டே இருக்கும். 'அவன் நடக்கு மிடத்தையெல்லாம் மணி பதித்துத் தளம் போடலாமா? அவன் திருவடித் துகளை உடம்பெல்லாம் பூசிக்கொள்ளலாமா?' என்றெல்லாம் எண்ணங்கள் உதயமாகும். அந்த அன்புக்கு இதுதான் செய்யலாம் என்ற வரையறை இல்லை.

"அவன் கோயிலை அலகிட்டுப் பெருக்கவேண்டும்; மெழுகவேண்டும்" என்று தோன்றும்; தோன்றுவது மாத்திரம் அன்று; அப்படியே செய்வார்கள் பக்தர்கள். இறைவனுடைய திருத்தொண்டுகள் பலவற்றில் அவன் கோயிலைத் தூயதாக வைத்துக்கொள்ளவதும் ஒன்று.

மகாத்மா காந்தியடிகள் வீதிகளைச் சுத்தம் செய்து காட்டினார். தேசத் தோண்டர்கள் தோட்டி வேலையையும் செய்யவேண்டும் என்று செயலிலும் செய்தார். தேச பக்திக்கு இத்தகைய செயல்களெல்லாம் அடையாளங்கள் என்பதைக் காந்தியடிகள் செய்து காட்டினார். தெய்வபக்திக்கு அலகிடுதல், மெழுகிடுதல் என்பனவும் அடையாளங்கள்

*என்பதைத் திருத் தொண்டர்கள் செய்து காட்டியிருக்கிறார்கள். அப்பர் சுவாமிகள் உழவாரத்தொண்டு செய்தார். ஆனந்தத்தால் அன்பர்கள் கூத்தாடுவார்கள். இத்தகைய செயல்கள் இறைவன் அருள் பெற்று மேன்மேலும் ஆக்கம் பெறுவோருக்குரிய அடை யாளங்கள்.*

**புத்தேளிர்**
**கோமான்! நின் திருக்கோயில் தூகேன்**
**மெழுகேன் கூத்தாடேன்.**

*மாணிக்கவாசகர் ஆகும் ஆற்றில் நிகழும் செயல்கள் இவை என்று சொல்லவில்லை; ஆயினும், 'ஆகுமாற்றிலே சென்று இன்ன செயல்களை நான் செய்யவில்லையே; சாகுமாறே விரைகிறேனே!' என்று இரங்குகிறார். அவரே இரங்கும்போது மற்றவர்கள் போகும்போக்கு என்ன?*

**ஆமாறுஉன் திருவடிக்கே**
***அகங்குழையேன்; அன்புஉருகேன்;***
**பூமாலை புனைந்துஏத்தேன்;**
**புகழ்ந்துரையேன்; புத்தேளிர்**
**கோமான் நின் திருக்கோயில்**
**தூகேன் மெழுகேன் கூத்தாடேன்;**
**சாமாறே விரைகின்றேன்.**
**சதுராலே சார்வானே.**

*[தேவர்களின் தலைவனே! ஆக்கம்பெறும் வண்ணம் உன்னுடைய திருவடியை எண்ணி அதன் பொருட்டு என் உள்ளம் குழைந்திலேன்; அன்பினால் நான் உருகவில்லை; மலர் மாலைகளைக் கொண்டு உன்னை அலங்காரம் செய்து துதிக்கவில்லை; புகழ்ந்து பாராட்டவில்லை; நின் திருக்கோயிலைப் பெருக்கவில்லை; மெழுகவில்லை; ஆனந்தக்கூத்து ஆடவில்லை; என் அறிவுத் திறத்தால் சென்று சேரும்பொருட்டு மரண வழியிலே வேகமாகச் செல்லுகிறேன்.*

*புனைந்து - அணிந்து ஏத்தேன்-துதித்திலேன். புத்தேளிர்-தேவர். தூகேன்-பெருக்கவில்லை. சதுர்-சதுரப்பாடு; சாமர்த்தியம். சார்வான்-சாரும் பொருட்டு.]*

# அமுதப் பெருங்கடல்

சில புலவர்கள் தம்முடைய புலமைத் திறத்தினாலும் பலவகை அறிவினாலும் அவதானம் செய்வார்கள். ஒரே சமயத்தில் பல காரியங்களைக் கவனிப்பது அவதானம். அஷ்டாவதானம், தசாவதானம், சதாவதானம், சகஸ்ராவதானம் என்று செய்வார்கள். அவதானம் செய்பவர்கள் பலவகையான கேள்விகளுக்குத் தொடர்ச்சியாகப் பதில் சொல்வது வழக்கம்.

புலமை உடையவர்களும் அறிவிலே சிறந்தவர்களுந்தான் இதைச் செய்ய முடியும் என்று நாம் நினைத்துக் கொண்டிருக்கிறோம். ஒருவகையில் அறிவோடு பொருந்திய அவதானங்களை அவர்களே செய்ய முடியும் என்பது உண்மை. ஆனால் ஒவ்வொரு மனிதனும் பலவகையான அவதானங்களைச் செய்துகொண்டுதான் இருக்கிறான். ஏதேனும் ஒன்றை நினைப்பானானால் அந்த அளவிலே நிற்பதில்லை. பலவகையான நினைப்புக்கள் அவனுடைய உள்ளத்திலே தோன்றுகின்றன. ஒரு கணத்துக்குள் ஆயிரம் சிந்தனைகள் வந்து தோன்றுகின்றன. அப்படியே, பேசும் பொழுதும் ஏதோ ஒன்றைப் பற்றியே நாம் பேசுவதில்லை. அதுவும் ஊரில் திண்ணையிலே இருந்து கொண்டு வம்பு பேசுபவர்களுக்கு ஐந்து நிமிஷத்துக்குள் எத்தனையோ செய்திகள் வந்துவிடும். ஒன்றோடு ஒன்று தொடர்புடைய செய்திதான் பேச்சில் வரும் என்ற வரையறை இல்லை. பலவகையான செய்திகள் கதம்பமாக வந்துகொண்டே இருக்கும். கண்ணினால் பார்க்கிற பார்வையும் அத்தகையது தான். குறித்த ஒன்றையே பார்ப்பது என்பது பெரும் பாலோருக்கு இல்லை. கண்ணை ஓடவிட்டுப் பல பல பொருள்களைப் பார்த்து அதனாலே மகிழ்ச்சியோ துக்கமோ வேறு சிந்தனையோ எழும்படியாகச் செய்வதுதான் பெரும்பாலான மனிதர்களுக்கு இயல்பு. கண் பார்த்துக்

கொண்டே இருக்கும்; மனம் எதையாவது சிந்திக்கும்; வாய் ஏதாவது பேசும்; கை ஏதாவது செய்யும். சிந்தனைக்கும் பார்வைக்கும் பேசுகிற பேச்சுக்கும் சம்பந்தமே இருப்பதில்லை.

இப்படி அகம் வேறு, புறம்வேறு இருப்புதனால் தான் மனிதன் எப்பொழுதும் பிறவிக்குள்ளே ஆழ்கிறான். மனமும் வாக்கும் செயலும் ஒன்றாகவே இருந்தால் ஆத்ம சக்தி விருத்தியாகும். இறைவனுடைய திருவருள் அங்கே வந்து பதியும். இந்த நிலை நமக்கு இருப்பதில்லை. நம்முடைய எண்ணங்களெல்லாம் சிதறுகின்றன; வார்த்தைகளெல்லாம் சிதறுகின்றன; பார்வைகளெல்லாம் சிதறுகின்றன. ஐந்து இந்திரியங்களாலே நுகருகின்ற அநுபவங்களிலும் ஒருமைப்பாடு இல்லை. நம்முடைய வாழ்நாளே சிதறிப் போகின்றது. நூறு வருஷம் ஒருவன் வாழ்ந்தாலும் உருப்படியாகச் சில காரியங்களைச் செய்தோம் என்று சொல்ல முடியாதபடியே பல மக்கள் வாழ்கிறார்கள். ஒன்றை நன்றாகச் சிந்தித்து, அதைப் பற்றிப் பின்பும் பல காலம் சிந்தித்து, மீட்டும் மீட்டும் சிந்தித்து, அதைப்பற்றியே பலமுறை பேசி, அதனுடைய தொடர்பான காரியங்களையே உடம்பினாலே செய்து நிறை வேற்றுவதற்குத் தனி ஆற்றல் வேண்டும்.

எல்லாவற்றுக்கும் மூலமாக இருப்பது மனந்தான். மனம் என்னும் மூலக் கருவியை இயக்கிவிட்டால் அதனிடத்திலிருந்து தோன்றுகின்ற எல்லா எண்ணங்களும் செயலாகவும் பார்வை யாகவும் மோந்து பார்க்கும் செயலாகவும் வேறு விதமாகவும் விளைகின்றன; ஒவ்வோர் இந்திரியத்தின் வாயிலாகவும் உருவம் பெறுகின்றன.

மனத்தில் ஒருமைப்பாடு இருந்தால் மற்றவற்றிலும் ஒருமைப்பாடு இருக்கும். மனமோ ஒரு கணத்தில் பல்லாயிரங் கோடி சிந்தனைகளைச் செய்து கொண்டே இருக்கிறது. மனத்தைக் காற்றினுடைய தத்துவத்திலிருந்து பிறந்ததாகச் சொல்லுகிறது தத்துவ நூல். காற்று எப்பொழுதும்

சலித்துக் கொண்டே இருக்கும்; ஓரிடத்திலே நில்லாது. மனம் என்பதே சலனத்தின் உருவம் என்று சொல்லிவிடலாம். மனம் என்று ஒரு தனிப்பொருள் இந்திரியங்களினாலே தெரிந்துகொள்ள முடியாததாக இருக்கிறது. இயங்கும்பொழுதுதான் அது மனம் என்ற பெயரைப் பெறுகிறது.

மனத்தை ஒருமைப்படுத்தி, அதனிடம் தோன்றுகின்ற எண்ணங்களை ஒருமைப்படுத்தி, அவற்றின் விளைவாகத் தோன்றுகின்ற பார்வை முதலியவற்றையும் வாக்கையும் ஒருமைப்படுத்திவிட்டால் அப்பொழுது நாம் செய்கின்ற செயல்களுக்கெல்லாம் பன்மடங்கு பயன் உண்டாகும். இறைவனுடைய திருவருள் இருந்தால் அன்றி இந்நிலை நமக்கு வருவது இல்லை.

இறைவனுடைய திருவருள் எப்படிக் கிடைக்கும்? இறைவனுடைய திருவருளுக்காக ஏங்கி நின்று அன்பு செய்து பல வகையிலே சாதனை செய்தால் அப்பொழுது அவனுடைய திருவருள் கிடைக்கும். கிடைத்த பிறகு நம்முடைய உள்ளமும் உரையும் ஏனைய இந்திரியங்களும் அடைகின்ற மாற்றம் மிக மிக அற்புதமானது. முன்னாலே எப்படி இருந்தோமோ அதற்கு நேர்மாறாக இருப்போம். அப்பொழுதெல்லாம் இருந்தவாறு என்னே என்று வியப்பு உண்டாகும்.

இறைவனுடைய திருவருளினாலே சிதறுண்ட மனத்தை ஒருமை நெறியில் இயக்கி, சிதறுண்ட வாக்கை ஒருமையாக இயக்கி, சிதறுண்ட பார்வை முதலியவற்றை ஒரே திக்கில் செலுத்தி வாழ்ந்தவர்கள் நம்முடைய நாட்டில் பலர் இருந்தார்கள். அவர்களுக்குள் மணிவாசகப் பெருமான் ஒருவர். அவர் இறைவனுடைய திருவளைப் பெறுவதற்காக ஏங்கி நின்றார்; பெற்றார். அந்தப் பெருமானுடைய திருவருளினாலே தாம் பெற்ற இன்பத்தைப் பற்றிப் பெருமிதத்தோடு பேசுகிறார். பல சமயங்களில் தாம் அந்த நிலையினின்றும் சற்றுத் தாழ்ந்தது போல அவருக்குத்

தோற்றம் உண்டானால், "ஐயோ, நான் இன்னும் உயர்ந்த நிலைக்கு வரவில்லையே!" என்று ஏங்குவார். அவருடைய அன்பின் முறுகலான நிலையே அந்த ஏக்கம் உண்டாவதற்குக் காரணம். வேறு சில இடங்களில் இறைவனுடைய திருவருளினாலே தாம் பெற்ற இன்பத்தால் உண்டான பெருமிதத்தோடு களிக்கூத்தாடுவார். எம் பெருமானுடைய திருவருளை நினைந்து நன்றியறிவோடு பாடுவார்.

மாணிக்கவாசகர் மந்திரி பதவியிலே இருந்தவர். ஒரு குடும்பத்தை நிர்வாகம் செய்வதே மிகவும் அருமையாக இருக்கின்ற மனித வாழ்வில் ஓர் அரசனுக்கு வேண்டிய ஆலோசனை சொல்லுகின்ற மந்திரியாக இருந்தால் அவர் எத்தனையோ செய்திகளை நினைக்க வேண்டும்; யோசனை சொல்ல வேண்டும்; சூழ்ச்சியிலே வல்லவராக இருக்க வேண்டும். மந்திரிகளுக்கே சூழ்வார் என்ற ஒரு பெயர் உண்டு. எப்பொழுதும் மேல்வரும் காரியத்தைச் சிந்தித்து, முன்னாலே நிகழ்ந்தவற்றின் அநுபவங்களையெல்லாம் சிந்தித்து, இனி எப்படி நடக்க வேண்டும் என்று வரையறை செய்து, அரசனுக்கு அறிவுரை கூற வேண்டியவர்கள் அமைச்சர்கள். நல்ல அமைச்சராக இருந்த மணிவாசகப் பெருமான் தமக்காகச் சிந்தனை செய்ததோடு நில்லாமல் அரசனுக்காவும் சிந்தனை செய்தார். பாண்டிய நாட்டுக்காக பாண்டியன் அரசாட்சிக்காகச் சிந்தனை செய்தார். இறைவனுடைய திருவருளுக்கு ஆளான பிறகு, முன்பு சிதறுண்ட சிந்தனைகளெல்லாம் நின்றன. ஆனால் சிந்தனை முற்றும் அழியவில்லை. இந்த உடம்பு இருக்கும் மட்டும் சிந்தனை ஓயாது; பேச்சு ஓயாது; பார்வை நில்லாது. சிந்தனையைச் சிந்தனையின் போக்கிலேயே விட்டு விட்டால் பிறந்ததனால் ஆகும் பயன் நமக்குக் கிடைக்காது. இறைவனுடைய திருவருள் அந்தச் சிந்தனையை மாற்றியது; வாக்கை மாற்றியது; பார்வையை மாற்றியது. இதைச் சொல்ல வருகிறார் மாணிக்கவாசகர்.

அவர் சிந்தனை இயங்கிக்கொண்டே தான் இருந்தது. இயங்குகின்ற சிந்தனையைத் திடீரென்று நிறுத்திவிட்டால்

இந்த உடம்பே மாய்ந்துவிடும். ஆகவே அந்தச் சிந்தனையை நிறுத்தவில்லை. குழந்தை ஏதாவது ஒரு காரியத்தைச் செய்து கொண்டிருந்தால் அதைச் செய்யாதே என்று சொன்னால் அது மேலும் செய்துகொண்டுதான் இருக்கும். அப்படி இன்றி அந்தக் குழந்தைக்கு வேறு வேலை கொடுத்து விட்டால் அது முன்னாலே செய்த வேலையைச் செய்யாது. இறைவன் அப்படிச் செய்தானாம்.

மணிவாசகர் தாமாக இறைவனை நினைக்கவில்லையாம். அவனுடைய திருவருள்தான் அவனை நினைக்கப் பண்ணியதாம். "அவனருளாலே அவன் தாள் வணங்கி'' என்று வேறு ஓரிடத்தில் அவர் சொல்லியிருக்கிறார். அவருடைய சிந்தனையை ஆண்டவன் தனக்கென்று ஆக்கிக் கொண்டானாம். இறைவனுடைய திருவருளிலே ஈடு பட்டவர்களுக்கு அவர்கள் நினைப்பது, பேசுவது ஆகிய எல்லாமே அவன் மயமாக இருக்கும். எப்படியாவது அவனோடு தொடர்புடைய பொருளையே சிந்திப்பதும் அதைப்பற்றியே பேசுவதுமாக இருப்பார்கள். "என்னுடைய சிந்தனைகளை யெல்லாம் உனக்காகவே ஆக்கிக்கொண்டாய்" என்று சொல்லுகிறார் மாணிக்கவாசகர்.

**சிந்தனை நின் தனக்கு ஆக்கி.**

'பல வகையான பார்வையில் ஈடுபட்ட என்னுடைய இரண்டு கண்களையும் உன்னுடைய பாத இணைகளில் பொருத்திவிட்டாய். பல பல சபலங்களைக் கொண்ட நாய் போன்ற என்னுடைய கண்களை உன்னுடைய திருப்பாத மலருக்கு ஆக்கினாய். அதுவரைக்கும் அந்தப் பாதத்தைப் பற்றி நான் அறியேன். இப்பொழுது அந்தப் பாதங்கள் பார்ப்பதற்கு அழகாக, நன்மையுடையனவாக, தண்மையுடையனவாக, தாமரை மலர்களைப்போல இருக்கின்றன என்று தெரிந்து கொண்டேன்.'

**.......... நாயினேன்றன்**
**கண் இணை நின் திருப்பாதப் பேர்துக்கு ஆக்கி.**

மனிதர்களில் பதவியினாலும், ஆற்றலாலும், பொருள் கல்வி முதலியவற்றிலும் மேல் கீழ் என்ற வேறுபாடு இருந்து கொண்டுதான் இருக்கிறது. ஆற்றலில் மேலானவர்கள், கீழானவர்கள் என்று சொல்லுகிறோம். எத்தனைதான் சமரசம் பேசினாலும் செல்வத்தினாலும் பதவியினாலும் உயர்ந்தவர்கள் உயர்ந்த நிலையில் இருக்கிறார்கள்; அவர்கள் தம்மை உயர்ந்தவர்கள் என்று நினைப்பது பெரிதல்ல; அவை தமக்கு இல்லாதவர்கள் தம்மைத் தாழ்ந்தவர்கள் என்று நினைத்துக் கொண்டிருக்கிறார்கள். அதனால் யார் உயர்ந்தவர்களோ அவர் களுக்கு வந்தனை புரிந்து வாழ்வதே மனித சமுதாயத்துக்கு இயல்பாகப் போய்விட்டது. எவ்வளவுதான் வாதமிட்டாலும், அபேதவாதம் பேசினாலும் அவர்களில் பதவியினாலே உயர்ந்தவர்கள் இருக்கிறார்கள். தலைவர்கள் சிலர் இருக்கிறார்கள். அவர்களுக்கு ஏனையோர்கள் வந்தனை செய்கிறார்கள்.

அப்படி யார் யாருக்கோ வந்தனை செய்துவந்த மணி வாசகருடைய நிலை இப்பொழுது மாறிவிட்டது. எல்லா வந்தனைகளையும் இறைவனுக்கே ஆக்கினார். இதை அவர் எப்படிச் சொல்கிறார் என்பது கவனிப்பதற்குரியது.

"உன்னுடைய திருவடித் தாமரை மலர்களுக்கே என்னுடைய வணக்கங்கள் ஆகும்படி நீ செய்தருளினாய்" என்கிறார்.

**வந்தனையும் அம்மலர்க்கே ஆக்கி.**

முதலிலே சிந்தனையைத் திருப்பினான் இறைவன். சிந்தனையிலிருந்து கண் பார்வை மாறியது. கருத்தை அகக் கண் என்று சொல்வது வழக்கம். அகக் கண் மாறியவுடன் புறக்கண் மாறியது. பார்வை மாறினவுடன் பணிய வேண்டும் என்ற நினைவு வந்தது. அதனாலே உடம்பு வளைந்து கொடுத்தது. தலை வணங்கியது. உள்ளம் உணர்ச்சி வசப்பட்டபொழுது முதலிலே பேச்சு வராது. செயல்தான் வரும். செயலுக்கு முன்னாலே மெய்ப்பாடு வரும். அந்தற்குப் பின்பு உணர்ச்சி அமைதி பெற்று விட்டால் அதற்கு ஓர்

உருவம் உண்டாகும். வாக்கிலிருந்து உணர்ச்சி மயமான வார்த்தைகள் வெளிவரும்.

எம்பெருமானைத் தம்முடைய உள்ளத்திலே ஏற்றுக் கொண்ட மணிவாசகப்பெருமான் கண்ணாலே அவனுடைய திருவடி மலர்களைக் கண்டார். அந்த மலர்களையே கும்பிட்டார். வணங்கினார். கீழ் விழுந்து நமஸ்காரஞ் செய்தார். உள்ளத்தில் உள்ள பக்தி உணர்ச்சி பொங்கியது. அதனுடைய விளைவாக வாக்கு எழுந்தது. அந்த வாக்கை ஆண்டவனுக்கே அர்ப்பணமாக்கினார். இறைவன் அவருடைய வாக்கை யெல்லாம் தனக்காகவே ஆக்கிக் கொண்டான்.

அதற்கு முன்னாலே வந்த வாக்கெல்லாம் உலக வாழ்க்கை யோடு ஒட்டியனவாக இருந்தன. பல காலம் பிறந்து பிறந்து வாழ்ந்ததனால் படிந்த வாசனை அது.

இறைவனுடைய திருவருளுக்குள் ஒன்றிய பிறகு, சிந்தனை அவனுக்கென்று ஆன பிறகு, கண்ணிணை அவன் திருப்பாதப் போதுக்கு ஆக்கிய பிறகு, வந்தனையும் அத்திருவடி மலருக்கென்று ஆனபிறகு, வாக்கு இறைவனுடைய புகழைப் பேசும் வாக்காகிவிட்டது. அப்பொழுது வருகிற வார்த்தைகளெல்லாம் மணி வார்த்தை என்று சொல்கிறார். அவர் மாணிக்கம் போன்ற வார்த்தைகளைப் பேசினவர். அதனால்தான் மாணிக்கவாசகர் என்ற திருநாமம் உண்டாயிற்று. இறைவனே மணிவாசகன் என்று திருநாமம் அளித்ததாகச் சொல்லுவார்கள். எப்படியோ இறைவனுடைய திருவுள்ளக் கிடக்கையாக இருந்தாலும் சரி, மணிவாசகப் பெருமானுடைய உள்ளக்கிடக்கையாக இருந்தாலும் சரி, திருவாசகத்தைப் படிக்கிறவர்களுடைய கிடக்கையாக இருந்தாலும் சரி, அந்த வார்த்தைகளெல்லாம் இறைவனுடைய வார்த்தைகள்; ஆகையினால் வெறுங்கல்லைப் போல் இல்லாமல் மாணிக்கக் கல்லைப் போலாயின.

**வாக்கு உன் மணிவார்த்தைக்கு ஆக்கி.**

'தாம் பாடுகிற பாட்டை மணி வார்த்தை என்று தாமே சொல்லிக்கொள்ளலாமா? அது அகங்காரத்தின் விளைவு அல்லவா?' என்ற ஐயம் இங்கே எழலாம். "ஆண்டவனே. நீ எனக்குத் திருவருள் தந்து என்னுடைய வாக்கையெல்லாம் உனக்காக ஆக்கிக்கொண்டாய். உன்னைப் பற்றிய வார்த்தைகளாதலின், மணிவார்த்தைகளாயின" என்ற பொருளோடு அவர் சொல்லுகிறார். அவர் பாடுவதனாலே அது மணிவார்த்தை ஆகவில்லை. அப்படி இருந்தால் அது முன்பும் அப்படி இருக்கவேண்டுமே. இறைவனைப்பற்றிப் பாடுவதனாலே அது மணிவாக்கு ஆயிற்று. வேறோர் இடத்திலும்,

**மாசில் மணியின் வார்த்தை**

என்று பாடுகிறார்.

இறைவன் மாசில்லாத மணி போன்றவன். அந்த மணியைப் பற்றிய வார்த்தையும் மணியைப்போல இருக்கிறது. மாணிக்கம் பிறிதொன்றனாலே ஒளிவிடாமல் இயற்கையாகவே ஒளி தருவது. அழுக்குச் சாராமல், பக்கத்தில் உள்ள பொருள்களையெல்லாம் காட்டுவதோடு பிறருடைய உள்ளத்தை ஈர்க்கும் ஆற்றல் வாய்ந்ததாக மணி இருக்கும். இந்த மணி வார்த்தையும் ஒளிவிடுவது. உள்ளத்துள் உண்டான ஒளி வாக்கிலே வருகிறது.

**"உள்ளத்துள் உண்மைஒளி உண்டாயின் வாக்கினிலே**
**ஒளிஉண் டாகும்"**

என்று புதுமைக் கவி பாரதியார் பாடியிருக்கிறார். சிந்தனை இறைவனுடைய நினைவாக ஆகிவிட்டால் உள்ளத்தில் உள்ள இருள் நீங்கிவிடுகிறது. அக இருள் நீங்குவது மாத்திரம் அன்று; அங்கே ஆண்டவனுடைய ஞான ஒளி விளங்குகிறது. அந்த ஒளி உள்ளத்துள்ளே விளங்கும் பொழுது புறத்திலே தோன்றுகின்ற அத்தனையும் அந்த ஒளியின் விளைவாகத்தானே இருக்கும்?

ஒரு வீட்டுக்குள்ளே விளக்கை வைத்துவிட்டு வெளியில் நின்று பார்க்கிறவர்களுக்கு ஜன்னல் வழியாக வீசுகின்ற ஒளி வேறாகவா இருக்கும்? உள்ளே உள்ள ஒளியின் நிறம் சிவப்பாக இருந்தால் சிவப்பாகவும், பச்சையாக இருந்தால் பச்சையாகவும் வெளியிலே தோற்றும். அதுகாறும் மாயாமலத்தில் அழுந்தி வாழ்கின்ற வாழ்க்கையிலே என்ன என்ன சிந்தனைகள் தோன்றுமோ அவற்றையே உள்ளம் கொண்டிருந்தது. அதனாலே எழுந்த எழுச்சிகள் எல்லாம் அந்த மயல் அளற்றிலிருந்து வருகின்ற காரியங்களாகவே அமைந்தன. அப்பொழுது எழுந்த வாக்கிலே ஒளி இல்லை; இருள் இருந்தது. இருள் தருமா ஞால வாழ்வில் இருள் தரும் சிந்தனைகளால் சிதறிய மனமுடையவனாக வாழ்ந்த மனிதனுக்கு வாக்கிலே இருள் தான் உண்டாகும். செயல்களிலே மேலும் மேலும் இருளே பொங்கிவரும். ஆனால் சிந்தனை ஆண்டவனுடைய திருவருள் நினைவினாலே உயர்ந்துவிடுமானால் அங்கே ஒளி தோன்று கின்றது. மூலக்கருவாகிய சிந்தனையிலே ஒளி தோன்றி விட்டால் அதன் விளைவாக விளைகின்ற செயல்களிலே ஒளிதான் நிலவும்; அந்த ஒளியின் கதிரே வார்த்தை.

சிந்தனையைச் சொல்லி, கண்ணைச் சொல்லி, உடம்பைச் சொல்லி, வாழ்க்கையையும் சொன்னார். அவை மாத்திரம் போதுமா? இவைகளெல்லாம் நாம் செய்கின்ற செயல்கள். நாம் செயலைச் செய்கிறோம். இன்ப துன்பங்களை நுகர்கிறோம். ஒரு மனிதன் வேலை செய்யும் கர்த்தாவாக இருக்கிறான்; போகத்தை அநுபவிக்கின்ற போக்தாவாகவும் இருக்கிறான். இந்த இரண்டு வகையான நிலையும் மனிதனிடம் இருக்கின்றன. இறைவனுடைய திருவருளுக்குள்ளே புதைந்து விட்டால் நம்முடைய செயல்களும் நம்முடைய அனுபவங்களும் மாறிவிடுகின்றன. செயல்களெல்லாம் இறைவனுடைய சார்பிலே செல்லுகின்றன. அப்படியே நாம் அனுபவிக்கின்ற போகங்களெல்லாம் இறைவனோடு தொடர்புடையன ஆகின்றன. சிந்தனையும் பார்வையும் வந்தனையும் வாக்கும்

ஆகிய செயல்களெல்லாம் இறைவனுடைய திருவருளினாலே மாற்றம் அடைந்து எல்லாம் அவனைச் சார்ந்தே விளங்கின, மணிவாசகப் பெருமானுக்கு. அவருக்குக் கிடைத்த அனுபவம் எப்படி இருந்தது?

**ஐம்புலன்கள் ஆர வந்தனை.**

அதுகாறும் புலன்களெல்லாம் வெவ்வேறு வகையான அனுபவங்களைக் கொண்டிருந்தன. ஆனால் இப்பொழுது ஆண்டவனுடைய திருவருள் பெற்ற பிறகு அவருடைய ஐம்புலன்களும் இறைவன் மயமாக ஆகிவிட்டன. முன்பு அனுபவித்த அநுபவங்களெல்லாம் வெவ்வேறாக இருந்தது மாத்திரமல்ல; புலனுகர்ச்சியால் நிறைவு ஏற்படவில்லை; அந்த அநுபவங்கள் பூரணமாக இல்லை. இப்பொழுது ஐம்புலன்களும் ஆர்ந்திருந்தன; அநுபவ நிறைவினாலே இன்புற்றன. அந்த இன்ப அநுபவம் உலகத்தோடு பொருந்திய அநுபவம் அன்று.

***ஐம்புலன்கள் ஆர***
***வந்தனை ஆட்கொண்டு உள்ளே***
***புகுந்த விச்சை***
***மாலமுதப் பெருங்கடலே!***

ஐம்புலன்களும் நிறைவு பெற வேண்டுமானால் எல்லையில்லாத ஓர் அநுபவம் கிடைத்தால்தான் நிறைவு பெறும்.

உலகிலுள்ள பொருள்கள் யாவும் காலத்துக்கும் இடத்துக்கும் அகப்பட்டன. கால எல்லை, இட எல்லை ஆகிய இரண்டும் உயிர்களுக்கு உண்டு; உயிர் வாழ்க்கைக்கு உண்டு. கால தேச பரிச்சின்னம் என்று அவற்றைச் சொல்வார்கள். இந்த இரண்டுக்குள்ளே அகப்பட்ட அநுபவம் எல்லைக்குள்ளே தான் நின்றுவிடும். மனிதனுக்கு நூறு வயசு என்று எல்லை இருந்தாலும், எல்லா மக்களும் நூறு வயசு வாழ்ந்திருந்து அநுபவத்தைப் பெறுவதில்லை. அப்படிப் பெற்றாலுங்கூட நூறு என்ற எல்லையிலே நின்று விடுகிறது. எல்லையில்லாத

அனுபவம் பெறவேண்டுமானால் எல்லையில்லாத பொருளோடு சார்ந்திருந்தாலன்றி அந்த அனுபவம் வராது.

ஒரு கிண்ணத்தில் தண்ணீர் வாங்கி ஒருவன் உண்ணுகிறான். அந்தக் கிண்ண நீரை உண்ட பிறகு அவனுக்குத் தண்ணீர் இல்லையாகின்றது. இப்படியே தண்ணீரை நிரப்பிய எந்தப் பாத்திரமாக இருந்தாலும் அதற்கு எல்லை உண்டு. பெரு வயிறன் ஒருவன் எத்தனை தண்ணீரைக் குடித்தாலும் நிறைவு பெறாத தாகம் கொண்டவனாக இருக்கிறான். அப்பொழுது உலகிலுள்ள எல்லைக்கு அகப்பட்ட நீர்நிலை எதனாலும் அவனுடைய வேட்கையைப் போக்க முடியாது. அதைத் தீர்க்க வேண்டுமானால் கடல் ஒன்றினால் தான் முடியும். காரணம்; அவனுடைய தாகம் எல்லையற்றது; கடலும் எல்லையற்றது.

ஐம்பொறிகளின் நுகர்ச்சிகளால் பூரணத் திருப்தி அடையாமல் நாம் வாழ்கிறோம். ஐந்து புலன்களினாலே உண்டான அநுபவங்களுக்கு நிறைவு ஏற்பட்டுவிட்டால் மனிதனுக்கு ஆசை அற்றுவிடும். அந்த அனுபவம் குறைவாக இருப்பதனால் ஆசை மேலும் வளர்கிறது. அது வளரவளரப் பிறவி மேலும் தொடர்கிறது. ஐம்புலன்களாலும் முற்ற முற்ற அனுபவிக்கின்ற ஆற்றல் யாருக்காவது இருக்குமானால் அப்பொழுது அவனுக்கு ஞானம் வந்து விடும். ஆனால் யாருக்கும் புல அநுபவங்களிலே திருப்தி உண்டாவதே இல்லை. முழு நிறைவு உண்டாக வேண்டுமானால் அது உலகத்தோடு பொருந்திய அநுபவமாக இராமல் இறைவனோடு பொருந்திய அநுபவமாக இருக்க வேண்டும். ஆண்டவன் புலன்களுக்கு அப்பாற்பட்டவன், அவன் இந்த உலகத்துக்கு அப்பாற்பட்டவன் என்று சொல்லுகிறோம். ஆனால் ஆண்டவனுடைய திருவருள் பெற்றவர்களுக்கு அவன் ஐம்புலன்களும் நிரம்பும்படியான அநுபவத்தைத் தருகிறான். ஐம்புலன்களின் நிறைவு அப்புலன்களை அமைதி பெறச் செய்துவிடும். வயிறு நிரம்ப உண்ட குழந்தை தூங்கிவிடுவதுபோல அவை அப்போது அடங்கிவிடும்.

***ஐம்புலன்கள் ஆர***
***வந்தனை ஆட்கொண்டு உள்ளே***
***புகுந்த விச்சை***
***மாலமுதப் பெருங் கடலே!***

*ஒரு பெரிய கடல் உள்ளத்துக்குள்ளே புகுந்து விட்டது. உயிர்க்குள்ளே புகுந்துவிட்டது. உயிரையெல்லாம் நிரப்பி விட்டது. உயிரையே நிரப்பும்பொழுது உயிருக்கு அடங்கிய புலன்களை நிரப்பாதா? ஐம்புலன்களும் நிரம்பிவிட்டன. அப்படி இறைவன் வந்தான். மணிவாசகரை ஆட்கொண்டான்.*

*உலகில் இன்ப அநுபவப் பொருள் தருவார் என்று யார் யாரை நாம் நினைக்கிறோமோ அவர்களாலே நமக்கு முழு நிறைவாக அநுபவத்தைக் கொடுக்கும் ஆற்றல் இருப்பதில்லை. இறைவன் அருள் ஒன்றுதான் நிறைந்த அனுபவத்தைக் கொடுக்கும். இது பெரிய வித்தை.*

*கடல் என்றால் நமக்கு உப்புக் கடல்தான் நினைவுக்கு வருகிறது. பாற்கடல், தேன் கடல், தயிர்க் கடல் என்று வெவ்வேறு கடல்கள் உண்டென்று புராணங்கள் சொல்கின்றன. பாற்கடலில் அமுதம் பிறந்தது. ஆனால் அது முழுமையும் அமுதமாக இருக்கவில்லை. அக்கடலில் பால்தான் இருந்தது. பாலைக் கடைந்து மிக வருந்தித் தேவர்களெல்லாம் ஏதோ ஓர் அளவு அமுதத்தைப் பெற்றார்கள். அந்த அமுதத்தை எதற் கெடுத்தாலும் உவமையாக எடுத்துச் சொல்கிறோம். இறைவனோ அமுதம் நிரம்பின பெருங்கடலாக இருக்கிறான். அது பெரிய கடலானாலும் அடியவர்களுடைய சிறிய உயிருக்குள் புகுகின்றது.*

***உள்ளே புகுந்த விச்சை***
***மாலமுதப்பெருங் கடலே!***

*தம் அநுபவ நிலையை நினைத்துப் பேசுகிறார், மணிவாசகர். அந்த அநுபவம் எல்லையற்றதாக இருப்பதால் கடல் என்றார். மிகமிக இன்பமாக இருக்கிறது; ஆதலின் அமுதக்கடல்*

என்றார். அதன் பெருமை எண்ண எண்ணத் தொலையாததாக இருத்தலின் மாலமுதப் பெருங்கடல் என்றார். அந்தக் கடலைத் தம் அளவில் நின்று அநுபவிக்கும் பொருளாக்கியது அருமையிலும் அரிய செயலாதலின் விச்சை என்று சொன்னார்.

***வந்தனை ஆட்கொண்டு உள்ளே புகுந்த விச்சை மாலமுதப் பெருங்கடலே!***

கொஞ்சம் அந்த அநுபவ நிலையை மறந்து பார்க்கிறார். 'ஆகா! ஆண்டவனுடைய பெருமை என்னே! அவன் மலைபோல் இருக்கிறான் அல்லவா? இந்த நாயேனிடத்திலே அருள்பூண்டு வந்து ஆண்டு கொண்டானே' என்று நினைக்கிற பொழுது இறைவனுடைய பெருமை தெரிகிறது. பெருமை நிரம்பிய பொருளுக்கு மலையைச் சொல்வது வழக்கம். மலைக்கு முன்னாலே மனிதன் நின்றால் தன்னுடைய சிறுமையை நன்றாகத் தெரிந்துகொள்ளுகிறான். உலகிலுள்ள மரம் மட்டை எல்லாப் பொருள்களும் மலைக்கு முன்னாலே மிகமிகச் சிறியவை ஆகின்றன. கண்டாருக்கு மயக்கத்தை, பிரமிப்பை உண்டாக்கக் கூடிய பொருள் மலை. அளக்கலாகா அளவும் துளக்கலாகா நிலையும் உடையது மலை. இறைவன் நமக்கு இன்ப அநுபவம் அருளினான், எளியனாக வந்தான் என்ற நினைவை ஒரு சிறிது மறந்து நினைத்துப் பார்க்கும் போது, 'ஆகா! பெரிய மலை போன்றவன் அல்லவா? எவ்வளவு பெரியவன்!' என்று தோன்றுகிறது. அமுதப் பெருங்கடலே என்று சொன்ன வாக்கினால் உடனே மலையே என்று சொல்கிறார்.

***மால்அமுதப் பெருங்கடலே! மலையே!***

இவ்வளவு பெரிய மலை போன்ற நீ நாயினேனுக்கு அநுபவத்தைத் தந்து எனக்குள்ளே புகுந்து உன்னையே தந்துவிட்டாயே. இந்த இன்ப அநுபவம் வேறு, நீ வேறு என்பது அல்ல. நீ கொடுத்த கொடைக்கு எல்லையே இல்லை.

உன்னைக்காட்டிலும் சிறந்த பொருள் இல்லை. உன்னையே கொடுத்துவிட்டாய்' என்கிறார்.

**நின்னைத் தந்தனை**

பின்பு, இறைவனுடைய அழகான திருமேனியை நினைக்கிறார். அவன் பாதப்போதுக்கு ஆக்கின கண்ணை உடையவர் அல்லவா? அவன் பாதம் மாத்திரமா போது? அவனுடைய இரண்டு பாதத் தாமரைகளைப் பற்றிக் கொண்ட பிறகு கொஞ்சம் ஏறிட்டு நோக்கினால், அவனுடைய திருமேனி முழுதும் எத்தனை தாமரை! அவனுடைய கை தாமரை; அவனுடைய நாபிக்கமலம் தாமரை; அவனுடைய முழங்கால் தாமரை; அவனுடைய கைகள் தாமரை; அவனுடைய முகம் தாமரை; கண்கள் தாமரை; வாய் தாமரை இதழ். இப்படி அவனுடைய திருமேனி முழுவதும் பல பல தாமரைகள் பூத்த தாமரைக் காடு போல இருந்ததாம். எம்பெருமானுடைய திருமேனி செம்மேனி.

**"சிவனெனும்நாமம் தனக்கே உடையசெம் மேனியம்மான்"**

என்று அப்பர் சுவாமிகள் சொல்கிறார். சில சில இடங்களிலே தாமரை இருந்து மற்ற இடங்களிலே கருமை நிறம் இருந்தால் சில தாமரைகள்தாம் இருப்பன போல் தோன்றும். சிவபெருமானுடைய திருமேனியில் பல இடங்களில் தாமரை போன்ற உறுப்புகள் தோன்ற, மற்ற இடங்கள் செக்கச் செவேலென்று இருப்பதனால் எங்கும் மலர் நிரம்பின தாமரைக் காடு பூத்தது போல இருக்கிறதாம். ஆகையினால்,

**செந்தாமரைக்காடு அனைய மேனித் தனிச்சுடரே!**

என்று சொல்கிறார் மணிவாசகர். தாமரையிலே வண்ணம் இருக்கும். ஆனால் ஒளி மிகுதியாக இராது. இறைவனுடைய திருமேனியில் அழகு, தண்மை, வண்ணம் எல்லாம் தாமரையைப்போல இருப்பதோடு அது சுடரையும் வீசுகிறது.

அவன் அவருடைய உள்ளத்திலே புகுந்தமையினால் அவருடைய வாக்கிலே ஒளி உண்டாயிற்று; செயலிலே ஒளி உண்டாயிற்று. அவன் பெருஞ்சுடராக விளங்குகிறான். அந்தச் சுடரின் தன்மை உலகத்தில் வேறு எந்தச் சுடருக்கும் இல்லை. அது தனியான சுடர். அதில் உண்டாகின்ற ஒளி தனியான ஒளி. அந்த ஒளியினாலே உண்டாகின்ற இன்ப அநுபவம் சிறப்புடையது.

**தாமரைக்காடு அனைய மேனித் தனிச்சுடரே!**

ஒரு பொருளினுடைய பெருமையை மாத்திரம் சொல்லிக் கொண்டிருந்தால் மனத்தில் ஓரளவுதான் பதியும். ஆனால் அதன் அருகிலே சிறுமையையும் வைத்துச் சொன்னால் அழகாக இருக்கும்; நன்றாகப் பதியும். பெரிய பொருளுக்குப் பக்கத்தில் சிறிய பொருளை வைத்துப் பார்த்தால்தான் பெரிய பொருளின் பெருமை நன்றாக விட்டு விளங்கும். பெரிய திரு உருவத்தைப் படம் பிடிப்பவர்களெல்லாம் அதை அப்படியே பிடிக்க மாட்டார்கள். சிரவண வெண்குளம் என்ற இடத்தில் கோமடேசுவரருடைய பெரிய சிலை இருக்கிறது. அதைப் படம் பிடிப்பவர்கள் அதனுடைய பரிமாணத்தைக் காட்டுவதற்காக அருகிலே ஓர் ஆளை நிறுத்தி எடுப்பார்கள். ஆளையும் அந்தத் திரு உருவத்தையும் ஒருங்கே பார்க்கும் பொழுதுதான் அந்த உருவத்தின் பரிமாணம் தெரியும். அதை மாத்திரம் காட்டினால் ஏதோ படத்தில் பெரிதாகத் தோன்றுகிறது என்று நினைப்பார்கள். அதனுடைய அளவு தெளிவாகத் தெரியாது. பக்கத்தில் ஒப்பு நோக்கிப் பார்த்தால்தான் அந்த பெருமை நன்றாகத் தெரிகிறது.

மாலமுதப் பெருங்கடல் தம்முடைய உள்ளத்திலே புகுந்தது என்று மணிவாசகர் பாடினார். செந்தாமரைக் காடு அனைய மேனித் தனிச் சுடர் என்று அதைச் சொன்னார். அதோடு நில்லாமல் தம்மையும் நினைத்துப் பார்க்கிறார். 'நான் இத்தனை கோடி கோடியாக வியாபாரத்தில் குவித்திருக் கிறேனே. நான் வைத்த முதல் என்ன?' என்று ஒருவன் பார்ப்பது போல இருக்கிறது, அந்த நினைவு. ஒன்றும்

இல்லாமல் ஏதோ பிச்சைக் காசு வாங்கி ஒரு வியாபாரம் ஒருவன் செய்தான். கோடி கோடியாகச் சம்பாதித்துவிட்டான்.

சம்பாதித்த பிறகு அவன் நினைத்துப் பார்க்கிறான். 'நான் என்ன வைத்திருந்தேன்? ஒரு வெள்ளிக் காசுகூட இல்லையே!' என்று நினைந்து பெருமிதம் அடைகிறான். மாணிக்கவாசகர் அத்தகைய நிலையில் நின்று பேசுகிறார்.

'நான் இம்மைக்கு வேண்டியதையும் செய்யவில்லை; மறுமைக்கு வேண்டியதையும் செய்யவில்லை. ஒன்று இங்காவது சுகமாக வாழவேண்டும்; அல்லது இங்கே உடம்பை வருத்தி விரதமிருந்து தவம் புரிந்து மறுமையிலாவது நன்கு வாழவேண்டும். இரண்டு வகையான முயற்சியும் என்னிடம் இல்லை. நான் இரண்டும் இல்லாதவன்; இரண்டும் கெட்டான். எனக்குத் துணையும் இல்லை. என்னுடைய கரசரணாதி அவயவங்களும் மனமும் நான் மேலும் துன்பப் பிறவியை அடைவதற்குரிய செயல்களையே செய்தன. நின் அருளானந்தத்தைப் பெறுவதற்கு அவை துணையாக நிற்கவில்லை. நான் துணையின்றித் தனியே நின்றேன். நற்செயலுமின்றித் துணையும் இன்றி இரண்டும் கெட்டானாகத் தனியாக வாழும் எனக்கு நீ உன்னைத் தந்தாயே!' என்று அவர் மனமுருகிப் பாடுகிறார்.

**இரண்டு இலித் தனியனேற்கே.**

'இரண்டு கெட்டான்' என்று உலக வழக்கில் ஒரு தொடர் வழங்குகிறது. தக்கது இன்னது, தகாதது இன்னது என்று அறியும் அறிவில்லாதவன் என்று சொல்வது உண்டு. இம்மை வாழ்வும், மறுமை வாழ்வும் கெட்டவன் என்று சொல்வதே சிறப்பாகும்.

மாணிக்கவாசகரே தம்மை இரண்டும் கெட்டான் என்று சொல்லிக்கொள்ளும்போது மற்றவர்கள் எம்மாத்திரம்!

**சிந்தனைநின் றனக்காக்கி நாயி னேன்றன்
கண் இணைநின் திருப்பாதப் போதுக்கு ஆக்கி
வந்தனையும்அம்மலர்க்கே ஆக்கி வாக்குஉன்
மணிவார்த்தைக்கு ஆக்கிஐம் புலன்கள் ஆர
வந்தனை ஆட்கொண்டுஉள்ளே புகுந்த விச்சை
மால் அமுதப் பெருங்கடலே! மலையே! நின்னைத்
தந்தனை, செந் தாமரைக்காடு அனைய மேனித்
தனிச்சுடரே! இரண்டுமிலித் தனிய னேற்கே.**

*[என் எண்ணங்களையெல்லாம் உனக்காக ஆக்கிக்கொண்டு, நாய் போன்ற என் இரண்டு கண்களையும் உன் அழகிய பாதமாகிய மலர்களுக்கு அர்ப்பணம் செய்யச் செய்து, என் வணக்கங்களையும் அந்த அடி மலர்க்கே ஆகும்படி செய்து, என்வாக்கை உன் மாணிக்கம் போன்ற ஒளி நிரம்பிய வார்த்தைகளுக்கு ஆக்கி, என் ஐம்புலன்களும் நிரம்பும்படியாக வந்து அடியேனை அடிமையாகக் கொண்டு என் உள்ளே புகுந்த வித்தையில் வல்லமிகப் பெரிய அமுதக் கடலே! மலை போன்றவனே! செந்தாமரைக் காடுபோல உள்ள திருமேனியையுடைய ஒப்பற்ற சுடரே! இரண்டுங்கெட்டானும் துணை இல்லாதவனுமாகிய இந்தத் தனியவனுக்கு நீ உன்னையே தந்துவிட்டாய்.*

*சிந்தனை-எண்ணம். இணை-இரண்டு. போது-மலர். வந்தனை-வணக்கம். ஆர-நிரம்பும்படி. விச்சை-வித்தை. மால்-பெருமை. தனி-ஒப்பற்ற. இரண்டு மிலியாகிய தனியனேனே. இரண்டும் இல் இத்தனியனேன் என்றும் பிரித்துப் பொருள் செய்யலாம். தனியனேன் - துணையின்றித் தனியாக நிற்கும் அடியேன்.]*

# அருமையும் எளிமையும்

ஒரு பெண்ணுக்குக் கல்யாணமான கதையைச் சொல்கிறார் ஒரு மனிதர்; அழகும் அறிவும் பொருளும் மிகப் பெற்ற ஒரு மாப்பிள்ளை கிடைத்ததைச் சொல்கிறார்.

“அந்த மாப்பிள்ளை கிடைத்தது பெண்ணினுடைய அதிருஷ்டந்தான். ஊரில் எத்தனையோ பேர் பெண்களை வைத்துக்கொண்டு மாப்பிள்ளை எங்கே எங்கே என்று தேடிக் கொண்டிருக்கிறார்கள். பணத்தாலோ பதவியாலோ குறைவின்றி மிக உயர்ந்த நிலையில் உள்ளவர்கள் அவர்கள். அவர்கள் இந்த மாப்பிள்ளையைப் பற்றிக் கேட்டிருக்க மாட்டார்கள். ஒருகால் கேட்டிருந்தாலும் பார்த்திருக்க மாட்டார்கள்.”

“என்ன அப்படி உயர்ந்த மாப்பிள்ளை?"

"உயர்ந்தவன் என்று ஒருமுறை சொன்னால் போதாது; ஆயிரந்தடவை சொல்ல வேண்டும். அந்தப் பிள்ளை, யாருடைய கண்ணிலும் தென்படுவதில்லை. பார்க்க வருகிறவர்களுக் கெல்லாம் போக்குக் காட்டி மறைந்து விடுவான்."

"பின் இவளுக்கு எப்படிக் கிடைத்தான்?"

"அதுதானே சொல்ல வருகிறேன்? அவர்களால் அணுகுவதற்கரிய அவன் இவளைத் தானே வந்து கேட்டு மணந்து கொண்டான். உலகமே அப்போது பிரமித்தது, அவனை எளிதில் காணவே முடியாமல் இருக்கும்போது, அவனே வலிய வந்து மனம் புரிந்தான் என்பதை மற்றவர்கள் எப்படி நம்புவார்கள்?"

"இப்போது அவர்கள் எங்கே இருக்கிறார்கள்."

"அவரவர்கள் இடத்தில் இருக்கிறார்கள். இன்னும் பெண்ணை அழைத்துக்கொண்டு போகவில்லை. கழுத்தில் தாலி கட்டியதோடு சரி. எப்போது அழைத்துக்கொண்டு போவானோ தெரியவில்லை."

"பெண் பாவம் பொல்லாது. அவள் எப்படித் துடிக்கிறாளோ?"

"அவர் எப்போது வருவார், நான் அவரை எப்போது பார்ப்பேன் என்று ஏங்கியபடியே கிடக்கிறாள் அவள்."

அந்தப் பெண்மணியின் நிலையில் இருந்தார் மணிவாசகர். இறைவன் அவரை ஆட்கொண்டான். அப்பால் அவனுடன் ஒன்றுபடவேண்டும் என்ற ஆசை மீதூர்ந்தது அவருக்கு. அவனைப் பிரிந்து உலக வாழ்வில் ஈடுபடுவதை அவர் விரும்பவில்லை. அவனுடைய அருமைப் பாட்டையும், தம்மைக் கருணையினால் ஆட்கொண்ட எளிமையையும் நினைத்துப் பார்க்கிறார். அவ்வாறு எளிவந்து ஆட்கொண்ட பெருமான் இப்போது அரியனாக இருக்கிறானே என்று எண்ணி ஏங்குகிறார்.

அவன் அரியவன். மிக உயர்ந்த நிலையில் உள்ளவர்களாகிய வானவர்களும் அறியாத கோலம் படைத்தவன். அத்தகையவன் கண் காண வந்து ஆட்கொண்டான். திருத்தில்லையில் யாவரும் காணக் கூத்தனாக விளங்குகிறான். ஆயினும் அவனை எளிதில் அணுக முடியாது. அத்தகையவன் வந்து ஆட்கொண்டான் என்றால் எத்தனை சிறப்பு!

**மேலை வானவரும் அறியாததோர்**
**கோலமே! எனை ஆட்கொண்ட கூத்தனே!**

ஒரு பொருள் கிடைக்குமட்டும் அது அரியதாகவும் மதிப்புடையதாகவும் இருக்கும்; அது கிடைத்துவிட்டால் அதன்பால் உள்ள ஆர்வமும் மதிப்பும் குறைந்துவிடும். இது உலகியற் பொருளுக்குரிய நிலை. ஆனால் இறைவன் வந்து

ஆட்கொண்டான். அதன் பின்னும் அவன் அரியவனாகவும், பெரியவனாகவுமே தோற்றுகிறான். பெரியவர்களோடு பழகுகிறவர்களுக்கு நாளுக்கு நாள் அவர்களுடைய பண்பு தெரிந்து கொண்டே இருக்கும்; அவர்களிடம் மதிப்பு உயரும். இழி குணத்தோர்களிடம் பழகப் பழக வெறுப்பு உண்டாகும். இறைவன் ஆட்கொண்டான். அதனால் அவன் எளிய பொருளாகி விடவில்லை; சிறிய பொருளாகி விடவில்லை. நாம் அறிந்த பொருள்களுக்குள் நம்மால் எல்லை காண முடியாதவை இரண்டு. ஒன்று இடம்; மற்றொன்று காலம். இடத்தின் எல்லையை எந்த விஞ்ஞானியும் கண்டுபிடிக்கவில்லை. காலம் என்று தொடங்கியது, என்று முடிகிறது என்பதை நினைத்தாலே தலை சுற்றும்.

இறைவன் எல்லையற்ற பொருள்; பெரிய பொருள். எல்லையற்ற பொருளாக உள்ள இரண்டை நாம் அறிவோம். அந்தப் பொருள்களைப் போல அவன் இருக்கிறான் என்று சொல்லலாம். அவை இரண்டுமாகவும் இருக்கிறான். இடத்திற் பெரியது நாம் வாழும் பூமி; இதனையும் உள்ளடக்கிய விசும்பு அதைவிடப் பெரியது. இரண்டும் இறைவனுடைய கோலந்தான்.

**ஞாலமே! விசும்பே!**

ஞாலமும் விசும்புமாகியவற்றுக்குள்ளே எல்லாம் அடங்கிவிடும். ஞாலம் பிருதுவி தத்துவம்; விசும்பு என்றது ஆகாசம். ஐம்பெரும் பூதங்களில் முதலில் தோற்றுவது விசும்பு; இறுதியில் தோற்றுவது ஞாலம். இவை ஒடுங்கும்போது முதலில் ஞாலமும் இறுதியில் விசும்பும் அடங்கும். பிருதுவி இல்லாத ஒரு காலத்தில் விசும்பு இருக்கும். விசும்பு இல்லாத காலத்தில் எந்தப் பூதமும் இருப்பதில்லை. இறைவனுக்குரிய அட்ட மூர்த்தங்களில் ஐம்பெரும் பூதங்களும் சேரும். முதலையும் முடிவையும் சொன்னதனால் இடையில் உள்ளவற்றையும் சேர்த்து ஐம்பெரும் பூதங்களாக நிற்பவனே என்று கொள்ளலாம். இந்தப் பூதங்களுக்குத் தோற்றம் உண்டு; ஒடுக்கம் உண்டு.

இவை வந்து போகின்ற காலம் என்னும் தத்துவம் இன்னும் பெரியது. அந்தக் காலமாகவும் இறைவன் இருக்கிறான்.

**இவை வந்து போம், காலமே!**

'தேவர்களும் அறிய வொண்ணாத கோலமாக இருப்பவன் என்னை ஆட்கொண்டான். அப்படி ஆட்கொண்ட போது எனக்கு எளியவனாக இருந்தான். மீண்டும் அரியவனாகவே நிற்கிறான். ஆவனைக் காணாமல் தவிக்கிறேன்' என்று எண்ணுகிறார் மணிவாசகர்; முறையிடுகிறார்.

**மேலை வானவ ரும்அறி யாததோர்**
**கோல மே!எனை ஆட்கொண்ட கூத்தனே!**
**ஞாலமே! விசும் பே!இவை வந்துபோம்**
**கால மே!உனை என்றுகொல் காண்பதே?**

(மேலிடத்தில் உள்ள தேவர்களும் அறியாத ஒரு கோலமே! எனக்கு எளியனாக வந்து என்னை ஆளாகக் கொண்ட கூத்தப் பிரானே! ஞாலமாகவும் விசும்பாகவும் இருப்பவனே! இந்தப் பூதங்களெல்லாம் தோன்றி ஒடுங்க நின்ற காலமே! உன்னை அடியேன் மீட்டும் காண்பது எந்த நாளோ?

மேலை: ஐ, சாரியை. கோலம்-உருவம். ஞாலம்-பூமி. விசும்பு -ஆகாயம்.)

## இனி என் செய்வது!

இறைவனிடம் இடையறாத அன்பர்கள் அவர்கள். எப்போதும் இறைவனையே நினைந்து வாழ்கிறார்கள். இறைவனைப் பற்றி யார் பேசினாலும் அவர்களுடைய கண்களில் நீர் துளும்பும். அவர்கள் உள்ளம் எவ்வளவு மெல்லியது! எவ்வளவு நெகிழ்ச்சியை உடையது! இறைவனுடைய புகழை நினைக்கும்பொழுதெல்லாம் கனலிலே பட்ட மெழுகைப்போல அவர்களுடைய உள்ளம் கரைகிறது.

எத்தனை பிறவி எடுத்தாலும் உலக இன்பத்தில் ஈடுபடுபவர்களுடைய மனம் அப்படி இருப்பதில்லை. படலம் படலமாகப் பற்றும் ஆசையும் கோபமும் பிற தீய குணங்களும் செறிந்து செறிந்து மனம் பாறையாகிப் போய்விடுகிறது. அது நாளாக ஆக இறுகுகிறதே ஒழிய நெகிழ்வதில்லை. ஆனால் இறைவனிடம் அன்பு ஏற்பட்டுவிட்டால் பெரிய ஆச்சரியம் நிகழ்கிறது. அந்தக் கருங்கல் நெகிழ்கிறது; அழல் சேர்ந்த மெழுகுபோல நெகிழ்கிறது.

மனம் நெகிழ்வதை எப்படி அறிவது? ஒருவருடைய துன்பத்தைக் கண்டால் இரக்கம் உண்டாகும். அவர்களுடைய பேச்சில் ஒரு குறைவு தோன்றும். செயலில் மென்மையும் பணிவும் அமையும். அவர்கள் அன்பினால் குழைந்து நெகிழ்வதை அவர்களுடைய உடம்பு, வாக்கு, உள்ளம் எல்லாமே காட்டும்.

மனிதர் கூட்டத்தில் இப்படி இறைவனிடம் அன்பான மனம் கொண்டு அழல் சேர்ந்த மெழுகு போல இருக்கிறவர்களை மற்றவர்கள் பார்க்கிறார்கள்; பழகுகிறார்கள். ஆனால்

அவர்களுடைய அன்பு நிலையை உணர்ந்து கொள்வதில்லை. ஒருகால் அது அவர்கள் உள்ளத்தில் எப்போதாவது உறைத்தாலும், மறுகணத்திலே விலகிய பாசி மறுபடியும் மூடிக்கொள்வதுபோல, பழைய கடுமையே வந்துவிடுகிறது.

நாமாக உருகாவிட்டாலும் பிறர் உருகுவதைக் கண்டாவது உருகலாம். எவ்வளவுதான் கல்மனம் படைத்தவராக இருந்தாலும் ஒரு வீட்டில் யாராவது இறந்ததற்கு அழுதால், அங்கே செல்லும்போது தம்மையும் அறியாமல் கண்ணில் நீர் வருகிறது. சூழ்நிலையின் வசப்பட்டுச் செயல் செய்வது மனிதனுக்கு உரிய குணம்.

ஆனால், அன்பர்களின் நெகிழ்ச்சியைக் கண்டு நெகிழாத வர்கள் இருக்கிறார்கள். பக்திச் சூழ்நிலை அவர்களுக்கு உறைப்பதில்லை. இரும்புப் பொடியிலே கட்டையை வைத்தால் அப்பொடி அதில் ஒட்டுமா? ஆயிரம் ஆண்டுகள் நீரிலே கிடந்தாலும் இரும்புக்குள் தண்மை ஏறுமா? அப்படியே கல் நெஞ்சர்களுக்குப் பக்தர்களின் அருகில் வாழ்ந்தும் அவர்கள் உள்ளம் நெகிழ்வதில்லை. அது மாத்திரமா? சில சமயங்களில் அந்த அன்பர்களின் செயலைக் கண்டு பரிகாசம் கூடச் செய்கிறார்கள்.

அன்பினால் அகம் கரையும் அன்பர்கள் எப்போதும் இறைவனுடைய திருவடியே இலக்காக இருப்பார்கள். மற்றவர்கள் மின்னுகிற பொன்னைக் கண்டு களித்து அதன் பின்னே சென்று அலைவார்கள். ஆனால் அடியார்களோ மின்னுதலையுடைய பொறக்கழலை அணிந்திருக்கும் இறைவன் திருவடியைக் காண்பதே தொழிலாக, அதுவே விளையாட்டாக, அதுவே இன்ப நுகர்ச்சியாக இருப்பார்கள்; அவனடியையே தொழுது வாழ்வார்கள்.

**நின்பால் அன்பாம் மனமாய்**
**அழல்சேர்ந்த**
**மெழுகே அன்னார் மின்ஆர்**

**பொன் ஆர் கழல்கண்டு**
**தொழுதே.**

இப்படித் தொழுகிறவர்களுக்கு இறைவன் தரிசனம் தந்தான். அவர்கள் அவனுடைய உபதேசம் பெற்றார்கள். அவனை விட்டுப் பிரிய மனம் இல்லாமல் அவனையே தொடர்ந்தார்கள்; தம்முடைய வீட்டையும் சுற்றத்தாரையும் விட்டுப் புறப்பட்டுவிட்டார்கள். அவர்களைப் பார்த்துக் கொண்டே இருந்தார்கள் மற்றவர்கள். ஏதோ பைத்தியக்காரக் கூட்டம் போகிறதென்றே நினைத்தார்கள். ஆனால் அவர்கள் போன பிறகு நின்றிருந்த இவர்கள் கண்ட சுகம் என்ன? தினமும் ஒன்றுபோனால் ஒன்றாகக் கவலை வந்து அவர்களைப பிய்த்துத் தின்கிறது. "இந்த வாழ்வு இவ்வளவுதானா?" என்று அவர்களிற் சிலருக்கு உணர்வு பிறக்கிறது. 'முன்பே இறைவனைத் தொடர்ந்து போனார்களே, அவர்களோடு சென்றிருக்கலாமே; அவர்களைப் பரிகாசம் செய்தோமே. இங்கே இருந்து ஏதோ சாதிக்கப் போவதாக அல்லவா நினைத்துக் கொண்டிருந்தோம்? இப்போது அவர்கள் போனதை எண்ணி வருந்துகிறோமே' என்று நைகிறார்கள்.

இனிமேல் அந்த வழி தெரியுமா? தாமாக முயன்று போகத்தான் முடியும்? பல பிறவிகளில் இறைவனிடம் அன்பு செய்து அவனைத் தரிசனம் செய்த பெரியவர்கள் அவர்கள். அவர்கள் அடியைப் பின்பற்றிச் சென்றிருந்தால் தாம் பெற்ற இன்பத்தைப் பிறரும் பெறட்டுமென்ற கருணையினால் அவர்கள் அழைத்துக் கொண்டு சென்றிருப்பார்கள். அவர்கள் போன வழியை அறிவதே அருமை; அறிந்து அந்த வழி செல்வது அதைவிட அருமை; சென்றாலும் பல தடைகள் இடையிலே உண்டாகும்; அவற்றை வென்று மேற்போவது மிக அருமை.

பல அன்பர்கள் பிறந்த நிலத்தில் இவர்கள் பிறந்தார்கள். அவர்கள் வாழ்ந்த காலத்தில் வாழ்ந்தார்கள். அவர்கள் நாளாக ஆக அன்பிலே பழுத்தார்கள். இவர்கள் நெகிழாமல்

நின்றார்கள். நெற்பயிர் வளர்ந்து கதிர் முற்றிச் சாய்வது போல அவர்கள் பயன் பெற்றார்கள். இவர்கள் நெருஞ்சிப் பூ முள்ளாகப் பழுத்தது போலத் தமக்கு ஒரு பயனுமின்றி வளர்ந்து பிறருக்குத் துன்பம் விளைத்தார்கள்.

இப்போது அந்த அன்பர்கள் போனபிறகு, "நாம் ஏமாந்து போய்விட்டோமே!" என்று எண்ணி அழுகிறார்கள்.

**அழுதேன், நின்பால் அன்பாம் மனமாய்**
**அழல்சேர்ந்த**
**மெழுகே அன்னார் மின்னார் பொன்னார்**
**கழல்கண்டு**
**தொழுதே உன்னைத்தொடர்ந்தா ரோடும்**
**தொடராதே.**

இப்படி அவர்களுள் ஒருவர் கூறுவதுபோல மணிவாசகர் சொல்கிறார்.

இப்போது நினைத்துப் பார்த்தால், 'நாம் ஏன் பிறந்தோம்?' என்று தோன்றுகிறது. காற்றுள்ளபோதே தூற்றிக் கொள்ளாமல் இருந்துவிட்டார்கள் அவர்கள். 'பயன் பெற வேண்டிய காலத்தில் பிறந்தும், பயன் பெற்றவர்களைப் பார்த்தும், அறிவு பெறாமல் வீணாகப் பொழுதைப் பழுதாக்கிவிட்டாயே!' என்று அவர்கள் உள்ளம் அவர்களைக் குத்திக் காட்டுகிறது.

**பழுதே பிறந்தேன்.**

இனிமேல் இறைவனை அடைந்து பணிந்து பேறு பெறலாம் என்றால் அதற்கு என்ன உரிமை இருக்கிறது? "இறைவா! அவர்கள் நின்கழல் கண்டு தொழுதார்கள். அவர்களை ஆட்கொள்ள நீ எழுந்தருளினாய்; அதுபோல் இப்போதும் வரவேண்டும்" என்று சொல்லலாமா? நேரத்தில் செல்லாமல் வண்டியைத் தவறவிட்ட புத்திசாலிகளல்லவா இவர்கள்? இவர்களுக்கே குற்றம் தெரிகிறது. 'கடவுளிடத்திலே சென்று என்ன உரிமை கொண்டாடிப் பணிவது? கூட்டத்தோடு கூட்டமாக எளிதிலே போகும் வாய்ப்புக் கிடைத்தும்

*கைவிட்ட பாவியர் என்று சொல்லிப் புகுவதா?' என்று எண்ணும்போது இவர்களுக்கு மேலும் மேலும் அழுகைதான் வருகிறது. அன்று இறைவனை நினைத்து நெஞ்சு நெகிழ்ந்து அழ வகையில்லாதவர்கள், இன்று, "உன்னைத் தொடர்ந்தாரோடும் தொடர்ந்து வரவில்லையே!" என்று அழுகிறார்கள். "பழுதே பிறந்தேன்" என்று அரற்றுகிறார்கள். "என் கொண்டு உன்னைப் பணிகேனே!" என்று புலம்புகிறார்கள்.*

*அவருள் ஒருவராகத் தம்மை வைத்துப் பாடுகிறார் மாணிக்கவாசகர்.*

**அழுதேன் நின்பால் அன்பாம் மனமாய்**
**அழல்சேர்ந்த**
**மெழுகே அன்னார் மின்ஆர் பொன்னார்**
**கழல்கண்டு**
**தொழுதே உன்னைத் தொடர்ந்தா ரோடும்**
**தொடராதே**
**பழுதே பிறந்தேன்; என்கொண்டு**
**உன்னைப் பணிகேனே?**

*[இறைவனே! நின்னிடம் அன்பாக உள்ள மனம் உடையவராகி, நெருப்பைச் சேர்ந்த மெழுகைப் போல உருகுகிறவர்களாகி, மின்னுதலையுடைய பொன்னாலான கழலை அணிந்த நின் திருவடியைத் தரிசித்துத் தொழுது நின்னைத் தொடர்ந்தவர்களோடும் தொடர்ந்து செல்லாமல் (நான் தனித்திருந்து) அழுதேன்; குற்றம் உண்டாகவே பிறந்தேன். (இனிமேல் உன்னைப் பணிந்து உய்யலாம் என்றால்) என்ன உரிமையைக் கொண்டு உன்னைப் பணிவேன்?*

*அழல் - நெருப்பு. மின் ஆர் - மின்னுதல் பொருந்திய. பொன்னார் கழல்; அன்மொழித் தொகை. அன்னாராகித் தொடர்ந்தா ரோடும் தொடராதே அழுதேன். பழுதே - குற்றம் உண்டாகும் வண்ணம்; வீணாக எனலும் ஆம். என் கொண்டு*

என்ன உரிமையை மேற்கொண்டு; என்ன தகுதியைக் கொண்டு என்பதும் பொருந்தும். பணிகேன் - வணங்குவேன்.]

மாணிக்க வாசகர் இறைவன் குருநாதனாக வர, அவனிடம் உபதேசம் பெற்ற பிறகு, அவன் உடன்வந்த பக்தர் கணங்களோடு மறைய, அதனை ஆற்றாமல் பாடியது இது என்றும் சொல்வது உண்டு.

இறை நெறியில் வாழ்நாளை அமைத்துக் கொண்டு விருப்பு வெறுப்பின்றி இன்னலாலும் சுகத்தாலும் வேறுபாடடையாமல் வாழும் அன்பர்கள் இந்த உலகிலேயே இறைவனுடைய அணிமையில் இருக்கும் இன்பத்தை நுகர்கிறார்கள். அத்தகையவர்கள் எக்காலத்தும் இருக்கிறார்கள். அவர்கள் செய்வன செய்து இந்த உடலைப் போட்டுச் சென்றபிறகு அவர்கள் புகழுடம்பு இவ்வுலகில் வாழ்கிறது. உடலத்தை நீத்த பிறகு அவர்கள் புகழ் மிகமிகப் பரவுகிறது. அவர்கள் வாழ்ந்த காலத்தில் அவர்கள் அருமையை அறியாமல் இருந்துவிட்டு அவர்கள் மறைந்த பிறகு அவர்களுடைய உண்மை நிலையை உணர்ந்து, "ஐயோ! அப்போது அவர்கள் போன வழியில் நாமும் செல்லவில்லையே!" என்று இரங்குபவர்கள் எத்தனையோ பேர். அவர்கள் சொல்வதற்குரிய பாட்டு இது என்று கொண்டாலும் பிழை இல்லை.

## ஞான நாடகம்

மணிவாசகர் இறைவனுடைய திருவருளைப் பெற்ற வகையை எண்ணி எண்ணி வியந்து உருகுவதைப் போல வேறு யாரும் உருகியது இல்லை. ஏழை ஒருவனுக்குப் பெருஞ் செல்வம் கிடைத்து போலவும், பட்டினி கிடந்தவனுக்கு உணவு கிடைத்ததுபோலவும், இறைவன் அருளைப் பெற்றதனால் உண்டான இன்பத்தில் அவர் களிக்கூத்தாடுகிறார். "என்னை ஆண்டுகொண்டது என்ன ஆச்சரியம்!" என்று வியப் படைகிறார்.

உலகத்தில் உள்ள உயிர்க் கூட்டங்களுக்குள் மனிதன் உயர்ந்தவன். மற்றப் பிராணிகளை யெல்லாம் அவன் அடக்கி ஆள்கிறான். உயர்ந்தவர்களாக இருப்பவர்கள் தம்மினும் தாழ்ந்தவர்களுக்கு உதவி புரிந்து தம்முடைய உயர்வை நாட்டிக் கொள்வதுதான் சிறந்த முறை. அப்படியின்றி அதிகாரத்தாலும் அச்சுறுத்துவதனாலும் தம் தலைமையை நிறுவுவது இழிந்த முறை. தம்முடைய ஆற்றலாலும் பதவியாலும் உலகம் முழுவதுக்கும் நன்மை செய்கிறவர்கள் சுரர்கள்; தம்முடைய ஆற்றல் முதலியவற்றால் பிறருக்கு அச்சத்தை ஊட்டுகிறவர்கள் அசுரர்கள். குணத்தால் உயர்ந்தவர்கள் தேவர்களுக்குச் சமானம்.

**'வையத்துள் வாழ்வாங்கு வாழ்பவன் வான்உறையும்**
**தெய்வத்துள் வைக்கப்படும்"**

என்று வள்ளுவர் கூறினார் அல்லவா? உயர்ந்தவர்களை உயர்ந்த இடத்தில் வைத்துப் பாராட்டுவது உலக இயல்பு. வானவர்கள் தம்மினும் தாழ்ந்த மக்களுக்கும் பிறருக்கும்

உபகாரம் பண்ணுகிறவர்கள். அவர்கள் உயர்ந்த இடத்தில் இருக்கிறார்கள். அவர்கள் வாழும் உலகம் பதினான்கு உலகங்களின் அடுக்கில் மேலே இருப்பது. வான நாட்டில் வாழ்கிறவர்கள் அவர்கள். அவர்களால் நமக்கு மழை கிடைக்கிறது; தீ கிடைக்கிறது; காற்றைப் பெறுகிறோம். இப்படியிருந்தும் நாம் அவர்களைக் காண முடிவது இல்லை.

இறைவன் தேவலோகத்தையும் விட உயரத்தில் இருப்பவன். இவ்வளவு உபகாரிகளாகிய தேவர்கள் இறைவனுடைய அருளினால்தான் ஏனையவர்களுக்கு நன்மை செய்யும் நிலையில் இருக்கிறார்கள். நாம் வாழும் நாட்டில் போலீஸ் காரன் நம்மைப் பாதுகாக்கிறான்; தண்ணீரைப் பாதுகாக்கும் அதிகாரிகள் தண்ணீர் விடுகிறார்கள்; சாலையை அமைக்கும் வேலைக்காரர்கள் சாலை போடுகிறார்கள். இப்படிப் பல வகையில் தொண்டு செய்கிறவர்களுடைய செயல்களால் மக்கள் நல்வாழ்க்கையைப் பெறுகிறார்கள். போலீஸ்காரர் முதலியவர்கள் தாமாகவே தம் வேலையைச் செய்வதில்லை. அரசாங்கத்தில் ஊதியம் பெற்று அதன் ஆணைக்கடங்கி நடக்கிறார்கள். நல்லவர்களாக இருந்தால் கரும்பு தின்னக் கூலி கிடைத்ததே என்று மகிழ்ச்சியோடு தங்கள் வேலையைச் செய்வார்கள். இல்லையானால் வாங்குகிற சம்பளத்துக்கு எவ்வளவு உழைக்க வேண்டுமோ அப்படி உழைப்பார்கள். பொல்லாதவர்களாக இருந்துவிட்டால் கிடைக்கும் சம்பளம் போதாதென்று லஞ்சம் வாங்கி, மக்களுக்கு இன்பம் விளைவிப்பதற்கு மாறாகத் துன்பம் உண்டாக்குவார்கள். தேவர்கள் தம் கடமையை உணர்ந்து இறைவன் ஆணையின் வழி நடந்து உலகுக்கு உபகாரம் செய்கிறவர்கள். அதிகாரிகள் அரசாங்கத்தை மறந்து தாமே தம் மனம் போனபடி நடந்தால் அராஜகம் உண்டாகும். அப்போது அவர்களை அரசாங்கத்தார் கடுமையாக ஒறுப்பார்கள். அப்படியே தேவர்கள் சில சமயங்களில் செருக்குற்று இறைவன் பெருமையை மறந்து விடுவார்கள். அப்போது இறைவன் அவர்களுக்குத் தண்டனை அளிப்பான். அவர் களுடைய இன்ப வாழ்வுக்கு அசுரர்களால் இன்னல்கள் உண்டாகும்படி செய்து அறிவு புகுத்துவான்.

இறைவனுடைய பெருமையை நன்கு உணர்ந்து எக் காலத்தும் அவனுக்கு அடிமையாக வாழவேண்டும் என்ற நினைப்பு, அவ்வளவு பெரியவர்களாகிய வான நாடர்களுக்கும் இருப்பது இல்லை. அதனால் இன்னும் இறைவனுடைய ஆற்றல் முழுவதையும் அவர்கள் அறிந்ததில்லை.

**வான நாடரும் அறியொணாத நீ.**

வான நாடருக்கே அறியும் ஆற்றல் இல்லையென்றால் மற்றவர்களைப்பற்றி என்ன சொல்வது! மிகமிக உயரமாக இருக்கிறவனே ஒரு மரத்தின் கனியை எட்டிப் பறிக்க இயலவில்லை; அவனினும் குறைந்த உயரம் உள்ளவன் எப்படிப் பறிக்கப் போகிறான்?

தேவர்கள் கிடக்கட்டும். கடவுளைப் பற்றிய செய்தி களைப் பெரியவர்கள் நமக்குச் சொல்கிறார்கள். தம்முடைய அநுபவத்தால் உணர்ந்தவற்றைச் சொல்கிறார்கள். "வேதத்தின் முடிவாகிய உபநிஷத் இப்படிச் சொல்கிறது" என்று அடிக்கடி மேற்கோள் காட்டுகிறார்கள். எந்தப் பெரியவர் இறைவனைப் பற்றிப் பேசினாலும், அவருடைய அநுபவம் மற்றவர்களி னின்றும் வேறுபட்டாலும், ஒரு விஷயத்தில் எல்லோரும் ஒன்றாகப் பேசுகிறார்கள்.

"உபநிஷத் இப்படிச் சொல்கிறது" என்றே ஒவ்வொருவரும் பேசுகிறார்கள். 'அவர்கள் வெவ்வேறு வகையாகச் சொல்கிறார்களே; அவர்கள் யாவரும் மேற்கோளாகக் காட்டும் உபநிடதத்தையே அணுகிக் கேட்கலாம்' என்று எண்ணி அதனை அணுகினாலோ, அது ஒவ்வோரிடத்தில் ஒவ்வொரு விதமாகச் சொல்கிறது. எப்படி இறைவனுடைய திருவருள் பெற்றவர்கள் வேறு வேறாகத் தம் அநுபவங்களை விரித்து உரைக் கிறார்களோ, அப்படியே உபநிஷத்தின் பகுதி ஒவ்வொன்றும் ஒவ்வொரு விதமாக இறைவனைப்பற்றி பேசுகிறது. இப்படிப் பேசிவிட்டு, "அவன் அறியொணாதவன்" என்றும் முறையிடுகிறது. "இது அன்று; அது அன்று" என்று

சொல்லத் தெரிகிறதே ஒழிய, "இதுதான்!" என்று சுட்டிச் சொல்வதற்கு அதனாலும் முடிவதில்லை.

**"அல்லை யீதல்லை யீ தென மறைகளும் அன்மைச் சொல்லி னால்துதித் திளைக்கும்இச் சுந்தரன்"**

என்று பரஞ்சோதி முனிவர் சொல்கிறார்.

தேவர்களுக்குத் தெரிய அரிய பொருளாக இருக்கும் ஆண்டவன் எல்லோருக்கும் அறிவு தரும் மூல பண்டாரமாகிய மறையின் ஈறாகிய உபநிடத்தங்களுக்கும் அறிவரியவனாக இருக்கிறான். உபநிடதங்கள் அவனைப் பற்றியே பேசுகின்றன.

அவனுடைய சூழ்நிலையையெல்லாம் சொல்கின்றன. ஆனால் அவனைத் தொடர்ந்து சென்று சுட்ட இயலாமல் நின்று விடுகின்றன.

**மறையில் ஈறும்முன் தொடரொணாத நீ.**

நெட்டையாக இருக்கிறவன் மரத்தில் உள்ள கனியை எட்ட முடியாமல் நின்றாலும் குட்டையாக இருக்கிறவன் அறிவாளியாக இருந்து, மரத்தில் ஏறிப் பழத்தைப் பறிக்கலாம் அல்லவா? வான நாடருக்கு அரியவனாகிய இறைவனைத் தம்முடைய அறிவைக்கொண்டு கண்டு பிடிக்கிறவர்கள் யாரேனும் இருக்கலாமோ? அப்படியும் யாரும் இல்லை. எந்த நாட்டில் எவ்வளவு அறிவோடு இருந்தாலும், யட்சர், கின்னரர், கந்தருவர் என்று பல பல பேரோடு பல இடங்களில் இருக்கும் யாரும் அவனை அறிய முடியாது.

**ஏனை நாடரும் தொடரொணாத நீ**

இவ்வளவு உயரத்தில் யாரும் அறிய ஒண்ணாத நிலையில் இருக்கிறான் என்றால் யாருக்கு என்ன பயன்? மரத்தின் உச்சிக் கொம்பில் ஒரு பழம் பழுத்திருக்கிறது. அதை யாரும் எட்டிப் பறிக்க முடியாது. மரத்தின் மேல் ஏறியும் பறிக்க முடியாது.

அப்படியானால் அந்தப் பழத்தை உண்ணுவது எப்படி? பழம் தானே கனிந்து உதிர்ந்தால் அதை உண்ணலாம். கீழே நிற்பவன் முயற்சி ஒன்றும் இல்லாமல் கனி தன் இயல்பினாலே முதிர்ச்சி பெற்று அவன் கைக்குக் கிடைக்கும் படி கீழே விழுகிறது. இறைவனும் கருணை முதிர்ச்சியினால் அடியவர்களை ஆண்டுகொள்ள இறங்கி வருகிறான்.

மாணிக்கவாசகர் தம்மை இறைவன் ஆண்டுகொண்ட பெருங்கருணையை நினைத்து வியக்கிறார். 'இறைவனுடைய அருளைப் பெறவேண்டுமானால் என்ன என்னவோ செய்ய வேண்டும் என்றல்லவா சொல்கிறார்கள்? “புலன்களை அடக்கி, உண்ணாமல் உறங்காமல் வெப்பத்தையும் குளிரையும் பொறுத்துத் தவம் செய்யவேண்டும். குளங்களில் நீராடிக் கோயிலை வலம்வந்து விரதம் இருந்து ஜபம்செய்து தியானம் புரிந்து அவன் அருளைப் பெறவேண்டும்" என்று சொல்கிறார்களே! இறைவன் என்னை ஆண்டு கொண்டான். அதற்காக நான் ஒன்றும் செய்யவில்லை. என்னைப் பல வகையான இடையூறுகளுக்கு உள்ளாக்கிப் பிறகு எனக்கு அறிவை உண்டாக்கி அவன் என்னை ஆட்கொள்ளவில்லை. இனிதாக ஆண்டுகொண்டான். காய்கறிகளைக் காம்பு நீக்கித் தோல் நீக்கிச் சமைத்து உண்பது போல அவன் செய்யவில்லை. பழுக்காத மாங்காயானாலும் அதன்மேல் ஆசையுள்ள பையன் அப்படியே அதைக் கடித்தாற் போல இறைவன் செய்தான். அவனுடைய அடியானாகும் முறை எனக்கு இனிதாக இருந்தது. என்னை ஆட்கொண்டதனால் அவனுக்குத் தான் இன்னாமை உண்டாகியிருக்க வேண்டும். எனக்கோ இனிமையை அன்றி வேறு ஒன்றும் இல்லை. அவன் எவ்வளவு இனிமையாக ஆண்டுகொண்டான்! அதை நினைக்கும்போதே எனக்கு வியப்பு மீதூர்கிறது.' இப்படியெல்லாம் சொல்வதற்குப் பதிலாகச் சுருக்கமாக, "ஆ ஆ! என்ன வியப்பு! என்னை எம்பெருமான் இனிதாக ஆண்டுகொண்ட விதத்தை எவ்வாறு சொல்வேன்!" என்கிறார். 'என்னை ஆண்டு கொண்டவாறு" என்று ஆச்சரியத்தில் மூழ்கி வாக்கியத்தை முடிக்காமலே நிறுத்துகிறார்.

**வான நாடரும் அறியொ ணாதநீ**
**மறையில் ஈறும்முன் தொடரொ ணாதநீ**
**ஏனை நாடரும் தெரியொ ணாதநீ**
**என்னை இன்னிதா ஆண்டு கொண்டவா!**

*(வான நாடர் - தேவர். மறையில் ஈறு - வேதாந்தம்; உபநிடதங்கள். ஏனை மற்ற. இன்னிதா - இனிதாக; செய்யுள் விகாரம்; ஓசையின் பொருட்டு இனிதா என்பது இன்னிதா என்று வந்தது. ஆண்டு கொண்டவா; ஆண்டு கொண்டவாறு என்னே என்று விரிப்பதற்குரியது.)*

இறைவனுடைய திருவருளால் அவனுக்கு ஆளாகிய பிறகு, சற்றே பழைய நிலையை நினைத்துப் பார்க்கிறார் மாணிக்கவாசகர். நெடுந்தூரம் கடந்து வந்தவன் எங்கெங்கே தங்கினோம் என்று எண்ணிப் பார்க்கிறது போலப் பார்க்கிறார். ஒன்று தெளிவாகத் தெரிகிறது. அப்போது இறைவனை உணராமல் வீணே பொழுது போக்கியதும், இப்போது அவனருளிலே கரைந்து இன்புறுவதுமாகிய இரண்டுமே இறைவன் அருளாணையின் வழியே நடந்தவை என்பதை இப்போது உணர்ந்திருக்கிறார். பழைய நிலை ஒன்று; இப்போதுள்ள நிலை ஒன்று ; அந்த நிலையினின்று இந்த நிலைக்கு வந்தபோது இருந்த நிலை ஒன்று. துன்பம் நிறைந்த தென்கரையில் இருந்தார். பிறகு ஓரிடத்தில் ஏறி ஆற்றைக் கடந்தார். இப்போது இன்பம் நிறைந்த வடகரையில் நிற்கிறார். இந்த மூன்று நிலைகளையும் பற்றி இப்போது நினைத்துப் பார்க்கும்போது ஆச்சரியத்தின் மேல் ஆச்சரியமாக இருக்கிறது.

முதலில் இருந்த நிலை என்ன? அதை ஊனின் நாடகம் என்று சொல்கிறார். இந்த உடம்பு எப்படி எல்லாமோ கூத்தாடியது. அக்காலத்தில் செய்த காரியங்கள் யாவும் ஊனை வளர்க்கச் செய்தவையே. சோற்றை எடுத்து வாயில் போட்டுக் கொள்வதுதான் ஊனை வளர்க்கச் செய்யும் செயல் என்று நாம் நினைக்கிறோம். அந்தச் சோற்றைச் சமைக்க அரிசி வாங்கி வருகிறோம்; அதுவும் உடம்பை வளர்க்கச் செய்வதுதான்.

அரிசி வாங்குவதற்காகப் பணம் சம்பாதிக்கிறோம்; அதுவும் ஊனுக்காக ஆடும் நாடகந்தான். பணம் சம்பாதிப்பதற்காகப் பலரிடம் போய் அவர்கள் புகழைப் பாடுகிறோம்; அதுவும் ஊன் நாடகந்தான். பின்னாலே நமக்கு நிறையப் பணம் வருமென்று இப்போது பணத்தைச் செலவழிக்கிறோம்; அந்தச் செயலும் உடம்புக்காக ஆடும் கூத்துத்தான்.

**"போற்றியோ போற்றியோ என்று புதுச்செல்வம்**
**தோற்றியார் கண்எல்லாம் தொண்டேபோல்**
**ஆற்றப் பயிற்றிப் பயிற்றிப் பல உரைப்ப தெல்லாம்**
**வயிற்றுப் பெருமான் பொருட்டு"**

என்பது ஒரு பழம்பாட்டு. இறைவன் திருவருளை நினையாமல் உலகியலிலே எத்தனை வகை முயற்சிகள் செய்தாலும் அவை யனைத்தும் இந்த உடம்புக்கு இன்பம் தரச் செய்வனவாகவே முடியும்.

உடம்புக்காகக் கூத்தாடியதையெல்லாம் இப்போது எண்ணினால் சிரிப்பாக வருகிறது; என்ன பைத்தியக்காரத்தனம் என்று தோன்றுகிறது. இறைவன்தான் அந்த நாடகம் நடக்கும்படி செய்தான் என்ற உணர்வு இப்போது உண்டாகி விட்டது. அவன் திருவருள் ஆணை இப்படி ஆட்டுகிறது என்று அப்போதே தெரிந்திருந்தால் எவ்வளவு நன்றாக இருந்திருக்கும்! அது தெரியாமல் ஆண்டவன் ஆட்டினான். அவனுடைய மாயையை என்னவென்று சொல்வது!

***ஊனை நாடகம் ஆடுவித்தவா!***

*(ஊனை - உடம்பை. ஆடுவித்தவா - ஆடும்படி செய்தவாறு என்ன ஆச்சரியம்.)*

ஊனின் நாடகம் ஒருவிதமாக ஓயத் தொடங்கியது. உள்ளம் உருகியது. இறைவன்பால் காதல் ஏற ஏற இந்த உருக்கம் மிகுதியாயிற்று. எவற்றை இன்பம் என்று எண்ணி ஓடி நாடி நின்றாரோ அவற்றை இப்போது நாடுவதில்லை. இப்போது

அவற்றின் நினைவே தோன்றுவதில்லை. எப்போதும் இறைவனுடைய நினைவுதான். தம் சிறுமையை எண்ணி நெகிழ்ந்தார்; இறைவனது கருணையை எண்ணி உள்ளம் உருகினார். உடம்பு என்ற ஒன்று இருப்பதே இப்போது தோன்றவில்லை. ஊன் உருகி உள்ளொளி பெருகியது. எல்லாம் இறைவன் மயமாகக் கண்டார். அநுபவிக்கும் பொருளை எல்லாம் இறைவனாகவே உணர்ந்தார். இறைவனையே நுகர்ந்தார். முன்பு இருந்த நிலை என்ன! இப்போது இருக்கும் நிலை என்ன! என்ன வியப்பு இது!

**உருகி நான்உனைப் பருக வைத்தவா!**

*(பருக வைத்தவா - பருகவைத்தவாறு என்னே!)*

ஊன் நாடகம் ஆடியது ஒரு நிலை. பிறகு உருகி இறைவனைப் பருகும் நிலை அடுத்தது. இப்போது அப்படிப் பருகி அமைதி பெற்று நிற்கிறார். இப்போதும் அவர் பேசுகிறார், நினைக்கிறார், செயல் செய்கிறார். இவை யாவும் ஞானமணம் வீசுகின்றன. உண்மையான இன்பத்தில் அமைந் தனவாக இருக்கின்றன. இப்போது உடம்புக்குத் தலைமை போயிற்று; உள்ளத்துக்குத் தலைமை போயிற்று; உயிருக்கும் தலைமை போயிற்று. உயிர் இத்தகையது, அதனை ஆட் கொண்ட தலைவன் இத்தகையவன் என்ற ஞானம் வந்தபிறகு, அந்தத் தெளிவிலே பிறந்த செயல்களில் நான் என்பது இல்லை; எனது என்பதும் இல்லை; ஞானத் தெளிவில் பிறக்கும் உரையும் நினைப்பும் செயல்களுமாக வாழ்க்கை அமைந்து விட்டது. அன்றும் உலகில் வாழ்ந்தார்; இன்றும் உலகில் வாழ்ந்தார். ஆனால் அன்று உலகத்தில் அவர் கரைந்து நின்றார்; இன்றோ அவருக்குள் உலகம் கரைந்துவிட்டது. அன்று அஞ்ஞானத்தால் ஊன் கூத்தாடியது; இன்று ஞானந்தான் நின்று நிலவுகிறது. அன்று நடந்தது ஊனின் நாடகம்; அல்லது அஞ்ஞான நாடகம்; இன்று நடப்பது ஞான நாடகம். ஞானம் தலைப்பட்டவுடன் உலகத்தில் இருந்த இச்சைகளெல்லாம் நைந்து ஒழிந்தன. ஊனின் நாடகத்தில் இச்சையே சூத்திரமாக இருந்தது. இன்று

அது அறுந்துவிட்டது. ஞான நாடகத்தில் அதற்கு வேலை இல்லை.

இந்த ஞான நாடகம் ஆடும்படி பண்ணியதும் இறைவன் திருவருள்தான். இதற்கு முன் நிகழ்ந்தவற்றைவிட இதுதான் பெரிய ஆச்சரியம்.

***ஞான நாடகம் ஆடு வித்தவா,***
***நைய வையகத் துடைய இச்சையே!***

*(ஆடுவித்தவா - ஆடச்செய்தவாறு என்னே! வையகத்துடைய இச்சை நைய ஞான நாடகம் ஆடுவித்தவாறு என்னே!)*

*'இறைவன் வானவர்க்கும் மாமறைக்கும் ஏனை யோருக்கும் காண்பதற்கு அரியன். அவன் காண்பதற்கு எளியனாக வந்து ஆண்டுகொண்டான். அதற்குரிய தகுதி இல்லாததனால் ஒறுத்துப் பணி கொள்ளாமல் இனிதாகவே ஆண்டு கொண்டான். இது ஆச்சரியம்! முதலில் உடம்பைத் தலைமையாகக் கொண்டு கூத்தாடினேன்; அப்படி ஆடச் செய்தவன் அவன். அப்படி ஆட்டினது வியப்பு! பிறகு தன்னை நினைந்து உருகச்செய்து படிப்படியாக ஆட்கொண்டு தன்னைப் பருகச்செய்வித்தான். இது அதைவிட வியப்பானது! முடிவாக எல்லா போக இச்சைகளும் நான் ஞான மயமாக நின்று செயல்புரியம் ஞானக் கூத்தனாகும்படி அவன் செய்தான். அதுதான் வியப்புக்கெல்லாம் பெருவியப்பு! என்று மாணிக்கவாசகர் பாடுகிறார்.*

***வான நாடரும் அறியொ ணாதநீ***
***மறையில் ஈறுமுன் தொடரொ ணாதநீ***
***ஏனை நாடரும் தெரியொ ணாதநீ***
***என்னை இன்னிதாய் ஆண்டு கொண்டவா!***
***ஊனை நாடகம் ஆடு வித்தவா!***
***உருகி நான்உனைப் பருக வைத்தவா!***
***ஞான நாடகம் ஆடு வித்தவா,***
***நைய வையகத் துடைய இச்சையே!***

*[வானில் உள்ள தேவர்களும் அறியமுடியாத அரிய பொருளாக உள்ள நீ, வேதத்தில் ஈறாக உள்ள உபநிடதங்களும் தொடர இயலாத நீ, மற்ற எந்த இடத்தில் உள்ளவரும் அறிய ஒண்ணாத நீ, எளியேனை இனிதாக வந்து ஆண்டு கொண்டவாறு என்ன வியப்பு! நின் அருள் பெறாததற்கு முன் உடம்பைக் கூத்தாடும்படி செய்தவாறு என்னே! பிறகு உன்னை எண்ணி உருகி உன்னை இன்பப் பொருளாக அநுபவிக்க வைத்தவாறு என்னே! முடிவில் வையகத்தில் எனக்கிருந்த இச்சை அனைத்தும் மங்க ஞானக் கூத்தை ஆடும்படி செய்த வண்ணம் என்ன ஆச்சரியம்!*

*அறிய ஓணாத என்பவை அறியொணாத என வந்தன; தொகுத்தல் விகாரம்; தொடரொணாத, தெரியொணாத என்பவையும் அத்தகையனவே. ஊன் -உடம்பு. பருக - அநுபவிக்க. வையகத்துடைய - வையகத்தினது. இச்சை - ஆசை.)*

# அம்மானைப் பாட்டு

இப்பொழுது மணிவாசக நாயகியின் காதலைப் பார்க்கலாம்.

மாணிக்கவாசகப் பெருமான் எம்பெருமானிடம் அளவற்ற காதல் கொண்டவர். அவருடைய பக்தி, அழகிய காதலன் ஒருவனிடம் பருவம் வந்த மடமங்கை ஒருத்தி கொண்ட காதலைப் போன்றது. இவ்வாறு பக்தி செய்வதைச் சன்மார்க்கம் என்று சொல்லுவார்கள்.

இறைவனை வழிபடுகின்ற நெறிகள் நான்கு. அவை தாசமார்க்கம், சற்புத்திர மார்க்கம், சகமார்க்கம், சன்மார்க்கம் என்பன. எசமானனிடம் ஊழியன் பணிவாக நின்று ஏவல் செய்து அன்புடன் கடமை ஆற்றுவது போல நிற்பது தாச மார்க்கம், அல்லது அடிமை நெறி. தந்தையினிடம் அன்புடைய பிள்ளை அன்பு வைப்பது போல அமைவது சற்புத்திர மார்க்கம், அல்லது சேய் நெறி. நட்புடைய தோழனிடம் அன்பு கொள்வது போன்றது சகமார்க்கம், அல்லது தோழமை நெறி. காதலன் காதலியிடையே உள்ள உறவு முறையைப் போல அன்பு செய்வது சன்மார்க்கம், அல்லது காதல் நெறி. மாணிக்கவாசகர் பிறப்பால் ஆடவராக இருந்தாலும் பாவனையினால் தம்மை ஆண்டவனுடைய காதலியாக்கிக் கொண்டு அன்பு செய்து சன்மார்க்க நெறியிலே நின்றவர்.

இறைவன் மாணிக்கவாசகரைத் திருப்பெருந்துறையில் ஆட்கொண்டான். அத் தலம் இப்போது ஆவுடையார் கோயில் என்று வழங்குகிறது. மணிவாசகப் பெருமான் திருவவதாரம் செய்தது திருவாதவூர். அது நல்ல தலம், அவர் பலகாலம் பாண்டியனுக்கு அமைச்சராக இருந்து வாழ்ந்த இடம் மதுரை. அது பாண்டியநாட்டுத் தலங்களுக்குள் மிகச் சிறந்தது.

இறைவன் அவரை அவர் பிறந்த தலத்திலே ஆட்கொண்டிருக்கலாம்; அல்லது உத்தியோகம் செய்த மாபெருந் தலமாகிய மதுரையிலே ஆட்கொண்டிருக்கலாம். மதுரைக்கு அருகிலும் பல தலங்கள் உண்டு. அவ்விடங்களிலும் மாணிக்கவாசகருக்கு அருள் செய்திருக்கலாம். அவ்வாறெல்லாம் செய்யாமல் மதுரைக்கும் வாதவூருக்கும் நெடுந்தூரத்தில் இருக்கும் திருப் பெருந்துறைக்கு வரச்செய்து ஆட்கொண்டான். அப்படிச் செய்ததில் ஒரு பொருத்தம் இருக்கிறது.

ஆண்டவனுக்குப் பல திரு நாமங்கள் உண்டு. ஒவ்வொரு திருநாமமும் எம்பெருமானுடைய குணச்சிறப்பால் அமைந்தது. ஒவ்வொன்றும் ஒவ்வோர் இயல்பைச் சிறப்பாகச் சுட்டி நிற்பது. ஒவ்வொரு தலத்திலும் இறைவன் சிறப்பாக ஒரு திரு நாமம் விளங்க எழுந்தருளியிருக்கிறான். திருப்பெருந்துறையில் ஆத்மநாதன் என்ற திருநாமத்தோடு விளங்குகிறான்.

மாணிக்கவாசகர் நாயகியின் நிலையில் நின்றார். மணமாகாத கன்னிப்பெண்ணாகிய இந்த மணிவாசக நாயகியை இறைவனாகிய நாயகன் ஆட்கொண்டருள வேண்டும். ஆடவன் ஒருவன் திருமணம் செய்துகொள்ளும் போது அதற்கென்று தனியே கோலம் புனைந்து வருவான். அவன் வெவ்வேறு சமயங்களில் வெவ்வேறு செயல்களை ஆற்றுபவன். அவற்றிற்கு ஏற்றபடி அவ்வப்போது வெவ்வேறு கோலங்களைக் கொள்பவன். வேட்டை ஆடும் கோலத்தில் இருக்கும்போது வேட்டை ஆடுவான். ஆட்சி புரியும்போது திருமுடி தரித்துச் செங்கோல் ஏந்தியிருப்பான். மணம் புரியும்போது மணவாளக் கோலம் பூண்டு மணையில் இருப்பான். இறைவனுடைய கோலங்கள் பல. அவனுடைய பெயர் ஒவ்வொன்றும் ஒவ்வொரு கோலத்தை நினைப்பூட்டுகிறது. ஆத்மநாதன் என்பது மணவாளக் கோலத்தை நினைக்கச் செய்கிறது எப்படி என்று பார்க்கலாம்.

உலகில் உள்ள உயிர்களையெல்லாம் பசுக்கள் என்று சொல்வார்கள். அவற்றுக்கெல்லாம் தலைவனாகிய இறைவனைப் பசுபதி என்பர். உயிர்கள் உடம்பு பெற்று வாழ்கின்றன. அந்த உடம்பு ஆண் என்றும் பெண் என்றும் இரண்டு வகையாக அமைந்திருக்கிறது. பெண்களே ஆடும் நாடகத்தில் பெண் ஒருத்தி ஆண் வேஷம் போடுகிறாள்; மிகவும் நன்றாக நடிக்கிறாள். அவள் அணிந்திருக்கும் ஆடை ஆண் அணியும் ஆடை. குரலைக்கூட மாற்றிக் கொண்டு ஆணைப் போலவே பேசுகிறாள். ஆனாலும் அவள் ஆணாக மாறமுடியாது. பெண்ணாக நடித்தாலும் ஆணாக நடித்தாலும் யாவரும் பெண்களே. ஆண் உடை அணிந்தமையால் பெண் ஆணாகி விடமாட்டாள். அந்த நாடகம் கலையும் வரையில் இந்த உண்மை தெரியாது. மேடை நாடகத்தில் உடையினால் பெண் ஆணாகத் தோற்றுவது போலப் பிரபஞ்ச நாடகத்தில் உடம்பினால் ஆண் என்றும் பெண் என்றும் தோற்றம் அமைகிறது. உண்மையில் உயிர்க் கூட்டம் அத்தனையும் பெண்மை உடையவர்களே. உடலால் ஆண் போலவும் பெண் போலவும் இருந்தாலும் உயிரால் பெண்களே.
அனைவருக்கும் நாயகனாக இருப்பவன் ஒருவன். அவன் ஒருவன்தான் ஆண் மகன்.

நாம் எல்லாம் புருஷ வேஷம் போட்டுக் கொண்டவர்கள். உண்மையில் இறைவன் ஒருவன்தான் புருஷன். அவனையே புருஷன், புருஷன் என்று வேதம் சொல்கிறது. புருஷ வேஷம் உடம்பால் தரித்துக் கொண்டு நாம் புருஷர் என்று சொல்லிக் கொண்டு நம்மாலேதான் எல்லாம் ஆகின்றன என்று சொல்கிறோம் அல்லவா? உண்மையான அரசன் ஒருவன் இருக்க, வேறு ஒருவன் அவனுடைய முடியையும் மற்ற வற்றையும் புனைந்து கொண்டு நான்தான் அரசன் என்று சொல்லிக் கொண்டிருந்தால் அவனை நல்லவன் என்று சொல்லுவோமா? அவனை அதமன் என்று சொல்வோம். அப்படி வேஷம் புனைந்து அதையே மெய்யென்று சாதிக்கும் நாம் அதமர்கள். உண்மையான புருஷனும் உத்தமனுமாக

இருப்பவன் இறைவன் ஒருவனே. அதனால் அவனைப் புருஷோத்தமன் என்று சொல்லுகிறார்கள்.

பசுவாகிய பெண்ணுக்குப் பதியாகிய இறைவன் நாயகன். நாடகத்திலும், கதையிலும், 'பிராண நாயகரே!' என்ற தொடர் அதிகமாக அடிபடுகிறது. யார் பிராணனுக்கு நாயகர் என்று அறியாமல் பேசுகிறது அது. பிராணனாகிய நாயகிக்கு நாயகன் கடவுள். அவன்தான் உண்மையான பிராண நாயகன். பிராணன் அல்லது உயிருக்கு ஆத்மா என்பது ஒரு பெயர். ஆத்மா நாயகி; அதற்கு நாதன் இறைவன். தான் ஆத்மாக்களுக்கெல்லாம் நாதன் என்பதை நினைவூட்டுகிறான் திருப்பெருந்துறையில் எழுந்தருளியிருக்கும் ஆத்மநாதப் பெருமான். பசுவாகிய நாயகிக்கு நான் பதி என்று சொல்லிக் கொண்டிருக்கிறான். அந்தத் தலம் அவனுடைய மணவாளக் கோலத்தை, பிராண நாயகியை ஆட்கொள்ளும் உரிமையை, புலப்படுத்தும் இடம். ஆதலால் அங்கே மாணிக்கவாசக நாயகிக்குக் கல்யாணம் நடைபெற்றது. இதில் எவ்வளவு பொருத்தம் இருக்கிறது!

திருமணம் ஆகிவிட்டது. மணிவாசக நாயகி தன் நாதனைக் கண்டுகொண்டு அவனால் ஆட்கொள்ளப் பெற்றாள். இன்னும் குடித்தனம் வைக்கவில்லை. எப்போதும் அவனையே நினைந்து கொண்டிருக்கிறாள். வேலை செய்தாலும் விளை யாடினாலும் அவன் நினைப்புத்தான்; அவன் பேச்சுத்தான். எப்படியாவது ஒரு சம்பந்தத்தைக் கொண்டு வந்து அவனைப் பற்றி பேசுவாள். புதிதாகக் கல்யாணமான பெண்களுக்கு இது இயல்புதானே?

"இன்று அம்மானை ஆடலாம்; வாருங்கள்" என்று தன் தோழியர்களை அழைக்கிறாள் காதலி. தன் காதலனுடைய பெருமைகளைக் கண்டவர்களோடு பேச நாணமாக இருக்கும். உள்ளம் கலந்து பழகுகிற தோழிகளோடு விரித்து விரித்துச் சொல்லாம்.

அம்மானை விளையாட்டு நடைபெறுகிறது. மூன்று அம்மானைக் காய்களை வைத்துக் கொண்டு மேலே

போட்டும் கையால் பிடித்தும் அம்மானையை ஆடுவார்கள். பெரும்பாலும் மூன்று பெண்கள் சேர்ந்து விளையாடும் ஆட்டம் இது. அதனால் மூவர் அம்மானை என்றும் ஒரு பேர் இதற்கு வழங்கும். மணிவாசக நாயகி தன் காதனுடைய பெருமைகளைப் பாடி ஆடுகிறாள். மற்றவர்களும் பாடி ஆடுவார்கள். ஆனால் அவர்களுக்கு ஆட்டந்தான் முக்கியம்; பாட்டு அதற்கு அடுத்தபடியுள்ளது தான். இங்கோ ஆட்டத்தை விடப் பாட்டுத் தான் முக்கியம்.

மணிவாசகர் ஆட்டத்தை வெறும் பாவனையில்தான் ஆடினார். ஆனால் பாட்டை மாத்திரம் உண்மையாகவே பாடிவிட்டார். ஒரு நாடகத்தில் ஒருவன் பலபல செய்கைகளைச் செய்கிறான். அரசனைப் போல வேஷம் போடுகிறான். அருகில் நிற்கும் சேவகனை மிரட்டுகிறான். நடுவில் அவன் கொடுக்கும் பாலைக் குடிக்கிறான். ஆட்டமெல்லாம் முடிந்துவிட்டது. அவன் அரசனுக்குரிய உடைகளைக் கழற்றி விடுகிறான். அவன் நடித்த போது செய்த செயல்கள் யாவும் வெறும் நடிப்பு; உண்மை அல்ல. ஆனால் பால் குடித்ததோ, நடிப்போடு சேர்ந்த ஒன்று; ஆனாலும் அது உண்மையாகவும் ஆகிவிட்டது; அவன் நாடகத்துக்காகக் குடித்தாலும் குடித்த பால் பொய் அன்று. அதுபோல அம்மானை ஆட்டத்தைப் பாவனையிலே நடத்திய மணிவாசகர் அந்தப் பாவனையிலே பாடிய பாட்டு நாமும் பாடும்படி வெளிப்படையாக உருவம் பெற்று விளங்குகிறது.

பெண்கள் மென்மையான இயல்புடையவர்கள். அம்மானையாடும் மெல்லியலார்கள் ஆடும்போது நிகழும் நிகழ்ச்சிகளை முதலில் மணிவாசகர் கற்பனைக் கண்ணால் காணுகிறார். நேரேயும் உலகில் பார்த்தவர் அல்லவா?

அம்மானை ஆடும் பெண்கள் கொடிகள் அசைவது போல அசைகிறவர்கள். கையில் அம்மானைக் காய்களை வைத்து ஆடும்போது முதலில் கைதான் இயங்குகிறது. அம்மானையை மேலே எறிந்து மறுபடியும் வாங்கி மீட்டும் மீட்டும் எறிவதனால் கைகள் மேலும் கீழும் வந்து

அசைகின்றன. அந்த அழகிய கைகளில் அணிந்திருக்கின்ற வளைகள் ஒன்றோடு ஒன்று மோதிச் சிலம்புகின்றன. அவர்கள் விளையாடும் இடத்தை அணுகாமல் சற்றுத் தூரத்திலிருந்து கவனித்தாலே அவர்கள் அம்மானை ஆடுவது புலப்படும்; கைகளில் அணிந்துள்ள வளைகளின் ஒலி அதனைப் புலப்படுத்தும். இன்னும் சற்று அணுகி நோக்கினால் அந்தப் பெண்கள் அம்மானை ஆடும்போது அவர்களுடைய மேனி எப்படி யெல்லாம் அசைந்து கொடுக்கிறது என்று தெரியும்.

அம்மானை ஆடும்போது அம்மானைக் காய்கள் மேலே போகின்றன. அவற்றை நிமிர்ந்து பார்க்கிறார்கள். கையில் விழும்போது கையைப் பார்க்கிறார்கள். இப்படி நிமிர்ந்தும் தாழ்ந்தும் பார்ப்பதால் அவர்கள் காதில் அணிந்த குழைகள் ஆடுகின்றன. அந்தக் காலத்தில் மகளிர் காதில் இறுகக் குழையைப் போட்டுக் கொண்டிருக்க மாட்டார்கள். கனமுள்ள குழைகளை அணிவதனால் காதுகள் தாழ்ந்திருக்கும். முகம் அசையும்போது குழைகள் ஊசலைப் போல ஆடும். அம்மானை ஆடுகையில் மேலும் கீழும் பார்ப்பதனால் முகம் அசைய, தாழ்ந்த குழைகளும் ஆடுகின்றன.

**கையார் வளை சிலம்பக் காதார் குழை ஆட**

இந்த விளையாட்டில் ஊக்கமாக இருக்கும் மகளிருக்கு உண்டாகும் களிப்பை அளவிட முடியுமா? தலையை மேலும் கீழும் ஆட்டுகிறார்கள். களிப்பினால் தலையை அசைக்கிறார்கள். அப்போது அவர்கள் குழல் புரள்கிறது. நெடுங்கூந்தலை உடையவர்கள் அவர்கள். குழலை நீண்ட முடிச்சாக முடிந் திருந்தும் அது புரளுகிறது. உவகை மிகுந்தால் குழல் அவிழ்ந்து புரள்வதும் உண்டு.

அந்தக் கூந்தலிலே மங்கலத்துக்கு அறிகுறியாக மலர்க் கொத்தைச் சூடியிருக்கிறார்கள். அவை அப்போது அந்த மலர்கள்; மணம் நிரம்பித் தேன் பொங்கும் மலர்கள். தலை

அசைவதனால் மலர்கள் அசைகின்றன. அவற்றில் உள்ள தேன், கட்டுக்குலைந்து பாய்கிறது. தேன் உள்ள இடத்தில் வரவேற்பு இன்றியே வரக் காத்திருக்கின்றன வண்டுகள். அவை வந்து மொய்க்கின்றன; இன்னிசை முரலுகின்றன.

**மையார் குழல் புரளத் தேன் பாய வண்டு ஆர்ப்ப.**

"நம்முடைய ஊர்ப் பெண்கள் அம்மானை ஆடும்போது தலையிலிருந்து தேன் பாயுமா? தேன் பாய, அதில் வண்டுகள் பாய்ந்து ரீங்காரம் செய்யுமா! வளை சிலம்புவதும், குனிழ ஆடுவதும், குழல் புரள்வதும் இயற்கையாக இருக்கின்றன. அவற்றிற்குமேல்...?" இப்படி ஒரு கேள்வி எழலாம்.

மணிவாசகப் பெருமான் இங்கே உண்மையாக அம்மானை ஆடவில்லை. தம் உள்ளத்துக்குள்ளே தம்மைப் பெண் ஆக்கிக்கொண்டு, நினைவு எழுகின்ற மனத்தைத் தோழியாக்கிக் கற்பனையினால் ஆடுகின்ற ஆட்டம் இது. அந்தக் கற்பனையில் எவை எவை இனிய பொருள்களோ எவை எவை அழகிய பொருள்களோ அவற்றையெல்லாம் சேர்த்து வைத்துப் பாடுகிறார்.

இயல், இசை, நாடகம் என்னும் மூன்றிலும் நாடகம் மிகுதியான இன்பத்தைத் தருவது. நாடகம் வாழ்க்கையைப் போல இருக்க வேண்டும் என்று நாடக நலம் தெரிந்தவர்கள் சொல்கிறார்கள். வாழ்க்கையைப் போல இருப்பதுதான் நாடகமே ஒழிய வாழ்க்கையே நாடகம் ஆகாது. வாழ்க்கையில் அழகுள்ள பொருள்களும் அழகில்லாத பொருள்களும் இருக்கும். அழகும் இனிமையும் உள்ள பொருள்களையெல்லாம் ஒருசேரத் தொகுத்துக் காட்டுவதுதான் நாடகம். அழகில்லாதனவும் இனிமையற்றனவுமாகத் தோற்றும் சில பொருள்கள் அழகும் இனிமையும் உள்ளவற்றினால் விளையும் இன்பத்தை மிகுவிக்கவே நாடகங்களில் வரும். நாடக வழக்கு என்று தொல்காப்பியத்தில் ஒரு தொடர் வருகின்றது. அங்கே இளம்பூரணர் என்ற உரையாசிரியர், "நாடக வழக்காவது

சுவைபட வருவனவெல்லாம் ஓரிடத்து வந்தனவாகத் தொகுத்துக் கூறுதல்" என்று எழுதுகிறார். கற்பனையும் அத்தகையதே. கற்பனையாகச் சொன்ன செய்தி வாழ்க்கைக்குப் புறம்பாகத் தோன்றாது. ஆனால், அப்படியே மனித வாழ்வு அமைவதில்லை.

வாழ்க்கையில் இனிமையாக இருப்பவற்றைத் தொகுத்துச் சொல்வது கற்பனைக் கவிஞர்களுக்கு உள்ள சிறப்பு. நாம் இனிமை காணாத பொருள்களிலும் இனிமையைக் கண்டு உணர்த்தும் ஆற்றல் அவர்களிடம் இருக்கிறது.

மணிவாசகர் சிறந்த கவிஞர். அவர் அழகுப் பிழம்பான பெருமானைப் பாடும் பாட்டில் அழகிய காட்சியை நிறுவிக் காட்டுகிறார்.

உலகத்தில் உள்ள அழகற்ற பொருள்களை நம்மால் மாற்ற முடியாது. ஆனால் கற்பனையால் நம்முடைய உள்ளத்திலே படைக்கும் பொருள்களை யெல்லாம் அழகழகாகப் படைக்கலாம்; நம்முடைய விருப்பத்துக்கேற்ற வண்ணம் இனிமையாகப் படைத்துக் கொள்ளலாம். அப்படிப் படைத்துக் கொள்வதற்கும் ஒரு பண்பு வேண்டும். அழகற்ற பொருள் களைக் கண்டு கண்டு அந்த வாசனையினாலே, திடீரென்று கற்பனை செய்யப் புகுந்தால் அழகற்ற பொருள்களே நமக்கு முன் வந்து நிற்கும். நம் கண்ணை மூடிக்கொண்டால் இருட்டுத் தானே தெரிகிறது? இன்பமும் அழகும் அமைதியும் உள்ளவற்றையே நினைத்துப்பார்க்கப் பயிற்சி வேண்டும்; தெம்பு வேண்டும். அது நமக்கு இருப்பதில்லை. கவிஞர்களுக்கும் கலைஞர்களுக்கும் பக்தர்களுக்கும் அந்தத் தெம்பு இருக்கிறது.

மணிவாசகர் அந்த தெம்பு உடையவர். கற்பனையிலே அழகிய பொருள்களைக் காணும் ஆற்றல் பெற்றவர். அகக் கண் மூலம் கடவுளையே காணும் திறமுடையவர். அவர் கற்பனையில் அம்மானை ஆடுகிறார். அழகான பொருள்களை யெல்லாம் தொகுத்து வைத்து ஆடுகிறார். அழகிய

தோழிகளை உட்கார வைக்கிறார். அவர்கள் தம் கைநிறைய வளைகளை அணிந்து காதில் குழை பூண்டு விளங்குகிறார்கள். குழலில் மலர்கள் மணக்கின்றன. அவை வாடிய மலர்கள் அல்ல; தேனைச் சொரியும் பூக்கள். தேன் அவற்றிலிருந்து ஊற ஊற வண்டுகள் அவற்றில் வந்து மொய்க்கின்றன. தேனை உண்டு பாடுகின்றன. அழகான கற்பனை அல்லவா? பிற்பனையில் பொருத்தமும் அழகும் இருந்தால்தான் நம் மனத்துக்குள் சுவை உண்டாகும். அப்படிச் செய்வதுதான் சிறந்த கவிதை.

மணிவாசகப் பெருமான் உலகில் மகளிர் ஆடும் விளையாட்டை மாத்திரம் நினைக்கவில்லை. எம்பெருமானை நினைத்துப் பிறகே இந்த விளையாட்டை நினைத்தார். அம்மானை விளையாட்டை ஆடுவதற்கே காரணம் எம் பெருமான் பெருமையைப் பாடுவதற்குத்தானே? தோழிமார்கள் கையில் உள்ள வளை சிலம்பவும் காதிலே உள்ள குழைகள் ஆடவும் மையார் குழல் புரளவும் தேன் பாயவும் அதில் வண்டுகள் மொய்ப்பவும் அம்மானை ஆடுகிறார்கள் வண்டின் ரீங்காரச் சுருதி போட்டாகி விட்டது. இனிப்பாடவேண்டியது தானே?

இதுவரைக்கும் அவர்களுடைய புற அழகு தெரிந்தது. மணிவாசக நாயகியோடு இருந்து விளையாடும் தோழிமார்கள் புற அழகு மட்டுமா உடையவர்கள்? மணிவாசக நாயகி எப்படி இருக்கிறாள்? கையார் வளையும் காதார் குழையும் மையார் குழலும் உடையவள்தான். அவற்றால் மட்டும் பெருமை வந்துவிடாது. எம்பெருமானிடம் உள்ள காதலிலே ஊறிக் கிடக்கும் உள்ளத்தை உடையவள் அவள். மற்றத் தோழிகளும் அப்படியே உள்ளவர்கள். அது எவ்வாறு புலப்படுகிறது? அவர்கள் உள்ளத்தில் உண்டாகும் காதல் உணர்ச்சி அவர்கள் பாடும் பாட்டிலே புலனாகிறது.

பெண்கள் விளையாடும்போது அவர்களை அறியாமலே பாட்டு வரும்; அவர்கள் உள்ளத்தில் உள்ள

உணர்ச்சிகளெல்லாம் திரண்டு பாட்டாக வரும். கட்டு ஏதும் இல்லாமல் மனம் உல்லாசமாகக் கற்பனை வானத்திலே திரிய விளையாடும் விளையாட்டு ஆதலால் கருத்து அவிழ்ந்து பாட்டாக மலர்கிறது. இந்தப் பெண்களுக்கோ இறைவனுடைய நினைவையன்றி வேறு ஒன்றும் இல்லை. அதனால் அவர்கள் பாடும் பாட்டு வேறு எதைப் பற்றியும் இருக்க நியாயம் இல்லை. இறைவனைப் பற்றியே பாடுகிறார்கள்.

இறைவனுடைய திருமேனிக் கோலத்தைப் பாடுகிறார்கள். அவன் பேரழகன். செம்மேனி எம்மான்; செய்யான். அதன்மேல் தூய வெண்ணீற்றை அணிந்திருக்கிறான்.

**செய்யானை வெண்ணீறு அணிந்தானை.**

அழகனாக மாத்திரம் இருந்தால் பெண்களுக்கு ஒருவனிடம் காதல் பிறக்காது. அவன் ஆண்மையுடையவனாக, வீரனாக, வெற்றி மிடுக்கு உடையவனாக இருக்க வேண்டும். இறைவன் பேராண்மை உடையவன். அவனை வெல்வார் யாரும் இல்லை. தன்னுடைய ஆற்றலாலும் பிறவற்றாலும் எல்லாரினும் சிறந்து நிற்கிறவன் அவன். அவனை ஒத்தவர் யாரும் இல்லை. தனக்கு உவமையில்லாத தலைவன் அவன். அவன் ஒருவன்தான் தலைவன்; ஏக சக்கராதிபதி. அகில புவனத்தில் உள்ளவர்களும் அவனுக்கு அடங்கினவர்கள். அங்கங்கே சில சில கூட்டங்களுக்குத் தலைவர்களாக இருந்து ஆணை செலுத்துகிறவர்கள் யாவரும் அவன் வைத்த ஆட்கள். தம்மிடம் ஏவல் புரிபவர்களை நோக்கும்பொழுது அவர்கள் தலைவர்கள். ஆனால் இறைவனை நோக்கும்போது அவர்கள் அடிமைகளே. தலைவர் என்று அதிகாரத்தை மேற்கொண்ட எல்லோருமே இறைவனுக்கு அடங்கினவர்கள்; இறைவனைக் கையெடுத்துக் கும்பிடுகிறவர்கள். இறைவனோ தனக்கு மேல் யாரும் இல்லாத சர்வ சுதந்தரன். அவனுக்கு எல்லோரும் ஆட்கள்; அவன் யாருக்கும் ஆள் அல்ல. மற்றவர்கள் யாவரும் அவன் திருமுன்னர்க் கையைச் சேர்த்துக் கும்பிடும் நிலையில் உள்ளவர்கள். அவன் யாரையும்

கும்பிட வேண்டியதில்லை. அவன் கைகள் கும்பிடுபோட்டே அறியாதன; சேர்ந்து அறியாக் கைகள்.

**செய்யானை வெண்ணீறு அணிந்தானைச் சேர்ந்தறியாக் கையானை.**

எல்லோருடைய கைகளையும் குவிக்கப் பண்ணித் தன் கைகளை மாத்திரம் மலர்த்தி வைத்திருக்கின்ற பெருமான் அவன். வருவார் யாவரும் தன் முன்னே நின்று இரந்து, 'எனக்கு என்று ஒரு செயல் இல்லை' என்று கை இரண்டையும் குவித்துக் கும்பிட, ஆண்டவன் நான் தருகிறேன், தருகிறேன் என்று இரண்டு கையையும் மலர்த்திக் காட்டுகிறான். ஒரு கையாலே திருவடியைக் காட்டி ஒரு கையாலே அஞ்சல் என்று காட்டுகிறான். அந்தக் கைகள் குவிவதே இல்லை.

அம்மானைப் பாட்டுப் பாடும் பெண்கள் மணிவாசக நாயகியோடு சேர்ந்து பாடுகிறார்கள். அந்தப் பாட்டில் தங்கள் ஆருயிர்த் தலைவனைப் பற்றிப் பாடுகிறார்கள். அவன் அழகன், ஆற்றலுள்ள தலைவன் என்று சொன்னார்கள். அவன் எங்கே இருக்கிறான்? அதைத் தெரிந்துகொள்ள வேண்டாமா?

"அவன் எல்லா இடங்களுக்கும் சொந்தக்காரன். அவனை எல்லா இடங்களிலும் காணலாம்."

"நான் கண்டதில்லையே! நான் பார்க்கும் இடங்களி லெல்லாம்கூட அவன் இருக்கிறானா?"

"இருக்கிறான். ஆனால் எல்லா இடங்களிலும் அவனை எளிதில் காணமுடியாது."

"எங்கும் அவன் இருக்கிறான் என்றால் அவனை ஏன் காணமுடியாது?"

"காற்று எங்கும் இருந்தாலும் அதைக் காண முடிகிறதா? அது அசையாமல் இருந்தால் உணரக்கூட முடிகிறதில்லையே!"

"அப்படியானால் அவன் எங்கும் இருக்கிறான் என்பது உண்மையாகுமா?"

"நமக்குத் தெரியாவிட்டால் இல்லையென்று சொல்லலாமா? அவன் எங்கும் இருப்பதை உணர்பவர்கள் இருக் கிறார்கள். அவனை ஓரிடத்திலும் காணாதவர்களும் இருக் கிறார்கள். அத்தகையவர்களுக்கு அவன் இருந்தும் இல்லாத வனாக இருக்கிறான். ஆனால் அவன் மெய்யான பொருள். அன்பர்களுக்குச் சத்தியப் பொருளாக இருக்கிறான். அன்பு இல்லாதவர்களுக்கு அவன் இருப்பது தெரிவதில்லை."

பூமிக்கு அடியில் எங்கும் நீர் இருக்கிறது. ஆனால் வெட்டிப் பார்த்தவர்களுக்கே அது புலனாகிறது. மணலில் இரும்புப் பொடி கலந்திருக்கிறது. வெறுங்கட்டையை மணலில் இட்டால் இரும்புப் பொடி ஒட்டாது. காந்தத்தை விட்டால் இரும்புப் பொடி ஒட்டிக்கொள்கிறது. அப்படியே இறைவன் எங்கும் செறிந்த மெய்யனாக இருந்தாலும் அன்பென்னும் காந்தம் இருந்தால் அவனைக் கண்டு கொள்ள முடியும்.

தமக்கு வெளிப்படையாகத் தோற்றாத கள்வனாக இருப்பதால் அவனை இல்லையென்று சொல்கிறார்கள் சிலர். மெய்யன் என்றால் பொய்யன் என்று மறுக்கிறார்கள். உள்ளத் தில் அன்பு இல்லாத தம்முடைய பொய்ம்மையை உணராமல் இறைவனிடம் பொய்ம்மையை ஏற்றுகிறார்கள். வேகமான ரெயிலில் செல்லும்போது தரையும் மரமும் ஓடுவதைப் போலத் தோன்றுகின்றன. குழந்தைகள் அதைப் பார்த்து, "மரங்கள் ஓடுகின்றன; வண்டி நிற்கிறது" என்று சொல்வார்கள். ஆண்டவனுடைய அருள்பெறாமல் குழந்தையைப் போல அறியாமையை உடையவர்கள், தாம் பொய்ம்மையோடு இருப்பதை அறியாமல் இறைவனைப் பொய் என்று சொல்லுகிறார்கள். சொல்லத் தைரியம் இல்லாதவர்கள், மனசுக்குள் உண்டோ இல்லையோ என்ற ஐயத்தோடு இருக்கிறார்கள்.

கடவுளை மெய்யனென்று உணர்கிறவர்கள், அல்லாதவர்கள் என்று உலகில் உள்ளவர்களை இரண்டு வகுப்பாகப் பிரிக்கலாம். அவனிடம் அன்புள்ளவர்கள் மெய்யனென்று உணர்கிறார்கள். அன்பர் அல்லாதார் மெய்யன் அல்லன் என்று எண்ணுகிறார்கள். அவர்களுக்கு அவன் அல்லாதான்.

இப்படி இரு கூறுபட்ட உலகத்தில் மூன்றாவது சாட்சி. ஒன்று இல்லையா? இருக்கிறது. அதுதான் வேதம். பகையையும் நட்பையும் மனத்திலே கொண்டு எடைபோடுவது மனிதனுக்கு இயல்பு. "ஆண்டவன் எனக்கு அருள் செய்கிறான்; அவன் எனக்கு மெய்யனாக இருக்கிறான்" என்று அன்பர்கள் சொன்னால் அதை மற்றவர்கள் நம்பாமல் இருக்கலாம். இரண்டு வகையாருக்கும் பொதுவாக என்றைக்கும் மெய்யான சாட்சியாக இருப்பது வேதம். அது தனக்குரிய பொருள் இறைவன் என்று சொல்கிறது; அவன் சத்தியப் பொருள் என்று அறிவுறுத்துகிறது. இதனால் இறைவனுக்கு வேதியன் என்ற திருநாமம் அமைந்திருக்கிறது.

**எங்கும் செறிந்தானை அன்பர்க்கு**
**மெய்யானை அல்லாதார்க்கு அல்லாத வேதியனை.**

அன்பர்களுக்கு மாத்திரம் மெய்யனாக இருந்தால் மற்றவர்கள் அவனை எப்படி அறிவது? அவனை அறிந்து கொள்ளாமலே வாழ்வை வீணே கழிக்கும்படி விட்டுவிட்டால் அவன் எல்லோருக்கும் தலைவன் என்ற பெயருக்கு ஏற்றவன் ஆக முடியாதே!

ஆதலின், அவன் மற்றவர்களையும் ஆட்கொள்ள வேண்டி அங்கங்கே திருக்கோயில் கொண்டு எழுந்தருளியிருக்கிறான்.

"என் காதலன் எங்கும் இருப்பான் என்கிறாயே. அவனை நான் காணும் திட்டமான விலாசம் ஒன்றும் இல்லையா?"

"எல்லாருமே ஒருவாறு கண்டு தம் மரியாதையைக் காட்டச் சில இடங்கள் உண்டு."

"அவற்றில் ஒன்றைச் சொல்; கேட்கலாம்."

"அவன் திருவையாறு என்ற இடத்தில் யாவரும் காண எழுந்தருளியிருக்கிறான். அங்கே விருப்பத்தோடு, சாமானிய மக்களையும் ஆட்கொள்ளும் பொருட்டு அமர்ந்திருக்கிறான்."

**ஐயாறு அமர்ந்தானை.**

இத்தனை வகையாக எம்பெருமான் பெருமையை விரித்துச் சொல்லி, "இவனைப் பாடி நாம் அம்மானை ஆடுவோம்" என்று மணிவாசக நாயகி பாடுகிறாள்.

**கையார் வளைசிலம்பக் காதார் குழைஆட**
**மையார் குழல்புரளத் தேன்பாய வண்டுஒலிப்பச்**
**செய்யானை வெண்ணீறு அணிந்தானைச் சேர்ந்தறியாக்**
**கையானை எங்கும் செறிந்தானை அன்பர்க்கு**
**மெய்யானை அல்லாதார்க்கு அல்லாத வேதியனை**
**ஐயாறு அமர்ந்தானைப் பாடுதுங்காண் அம்மானாய்!**

[கையில் உள்ள வளைகள் ஒலிக்க, காதில் உள்ள குழைகள் ஆட, கருமை நிறைந்த கூந்தல் புரள, தேன் பாய, வண்டுகள் ரீங்காரம் செய்ய, செந்நிறம் உடையவனை, வெள்ளிய திருநீற்றை அணிந்தவனை, கும்பிடும் பொருட்டு ஒன்றோடு ஒன்று சேர்ந்தறியாத கைகளை உடையவனை, எவ்விடத்தும் நிறைந்திருப்பவனை, அன்பர்களுக்குச் சத்தியப் பொருளாக இருப்பவனை, அன்பரல்லாதவர் களுக்கு மெய்யன் அல்லாதவனை, வேதப் பொருளாக இருப்பவனை, திருவையாற்றில் எழுந்தருளியிருக்கும் எம்பெருமானை நாம் பாடுவோம்.

ஆர்-நிறைந்துள்ள. சிலம்ப-ஒலிக்க. குழை-காதணி. மை-கருமை. செய்யானை-சிவப்பு நிறமுடையவனை. "பவளம் போல் மேனியிற் பால் வெண்ணீறும்" என்று அப்பர் சுவாமிகள் பாடுகிறார். செறிந்தானை-பொருந்தியிருந்தவனை; ஓரிடத்திலும் இல்லை என்று சொல்ல இயலாமல் நெருங்கியிருந்தவனை. அல்லாதார்-

அன்பர் அல்லாதவர். அல்லாத-மெய்யன் அல்லாத, வேதியனை- வேதப்பொருளாக இருப்பவனை. ஐயாறு-சோழ நாட்டில் காவிரிக் கரையில் உள்ள திருவையாறு என்னும் தலம், இங்கே சுவாமி பெயர் செம்பொற் சோதி, பிரணதார்த்திஹரர் என்பன. பாடுதும்-பாடுவோம்; தோழிமாரைப் பார்த்துச் சொல்வதால் பன்மையாகக் கூறினார். காண்; அசை நிலை. அம்மானாய்; அம்மானை என்பதன் விளி. அம்மானையைப் பார்த்துச் சொல்வது போல அமைந்தது. அம்மானைப் பாட்டு அம்மானை என்றும், அம்மானாய் என்றும் முடிவது மரபு. அம்மானை என்று முடிவதே பெரும்பான்மை.)

இது திருவம்மானை என்ற பகுதியில் உள்ள பாட்டு.

# இதுபோல் உண்டா?

தில்லை நடராசப் பெருமானிடத்தில் பேரன்பு உடையவன் ஒருவன் ஓர் அழகியை ஒரு பூஞ்சோலையில் கண்டான்; கண்டு காதல் கொண்டான். அவ்விருவரும் தனிமையிலே இருக்கும்போது, அந்தக் காதல் அமைந்தது. காதலினால் பெறும் இன்பத்தைக் கண்டார்கள். இதைக் களவுக் காதல் என்று சொல்வார்கள். மணம் புரிவதற்கு முன்பே இறைவன் திருவருள் கூட்ட, காதலர் ஒருவரை ஒருவர் கண்டு உள்ளம் ஒன்றுவார்கள்.

காதலியைக் காணுந்தோறும் காதலனுக்கு உண்டாகும் வியப்பு அளவுக்கு அடங்காமல் இருக்கிறது. அவளுடைய பேரழகை நினைந்து நினைந்து பூரிப்பு அடைந்தான். அந்த அழகைப் பாராட்டிப் பேசவேண்டும் என்ற ஆசை உண்டாயிற்று. நல்ல அன்புடையவரை அவருக்கு முன்பே பாராட்டுவது அவ்வளவு உசிதமான காரியம் அன்று. காதலியை நேருக்கு நேராகப் பாராட்டுவது என்றால் நாணமிக்க அவள் கூசுவாள். ஆதலின் அந்தப் புகழை மறைமுகமாகச் சொல்ல ஆரம்பிக்கிறான். அவளைப் பார்த்து, "பெண்ணே, நீ பேரழகி" என்று சொல்லவில்லை. அங்கே உள்ள வண்டுகளைப் பார்த்துப் பேசுகிறான்.

பூஞ்சோலை அல்லவா? அந்தச் சோலையில் பறந்து கொண்டு வருகின்றன வண்டுகள். அவற்றைப் பார்த்துப் பேசுகிறான். வண்டுக்கு மலரைப் பற்றிய அறிவு நிரம்ப இருக்கும். எல்லா வகையான மலர்களையும் கண்டு கண்டு, அவற்றின் மணத்தை அறிந்து அவற்றிலுள்ள தேனை நுகர்ந்து இன்புற்றிருக்கும் வழக்கம் உடையது வண்டு.

வண்டுகளைப் பார்த்து, "இவளுடைய இதழைப் போன்ற ஆம்பலை எங்கேயாவது கண்டிக்கிறீர்களா?" என்று கேட்கிறான். இறைவனுடைய அன்பன் ஆகையினால் முதலில் அவனுக்கு இறைவனுடைய நினைவு எழுகிறது. பேரழகியாய் இருக்கிற தன்னுடைய காதலியைக் காணும்பொழுது, அவளுடைய பேரழகை நினைக்கும் பொழுது, எல்லாவற்றிற்கும் மேலான பேரழகனாகிய ஆண்டவனுடைய நினைவும் தோற்றுகின்றது.

அவளுடைய இடையைப் பார்க்கிறான். அந்த இடைக்கு ஓர் உவமை கூற வருகிறான். தம்முடைய அநுபவத்திலிருந்து உவமை சொல்வது மக்களுடைய இயற்கை. ஆண்டவனுடைய திருவடியில் இடையீடு இல்லாமல் அன்பு செய்கிற இந்தத் தலைவன் தன் இயல்புக்கு ஏற்ற வகையில் அந்த இடைக்கு உவமை சொல்ல வருகிறான்.

இடை மெலிந்திருக்கிறது. யார் மெலிவார்கள்? யார் தேம்புவார்கள்? இறைவனுடைய திருவருள் பெற்றவருக்கு வருத்தம் இல்லை; மெலிவு இல்லை. இறைவனுடைய திருவருளைப் பெறாதவருக்கு மெலிவு உண்டு. அவர்களைப் போல அந்த இடை தேம்புகிறதாம்.

**கூம்பலங் கைத்தலத்து அன்பர்என்பு**
**ஊடுரு கக்குனிக்கும்**
**பாம்புஅலங் காரப் பரன்தில்லை**
**அம்பலம் பாடலரின்**
**தேம்பலஞ் சிற்றிடை**

என்று இடையைச் சொல்கின்றான்.

அன்பர்களுக்கு எல்லாம் இன்பம் உண்டாகும்படியாக நடராசப்பெருமான் நடனம் ஆடுகிறான். அவனைக் கண்ட மாத்திரத்தில் அன்பர்களுடைய கைகள் சூரியனைக் கண்ட தாமரை மலர்களைப் போலக் குவிக்கின்றன. மனமோ விரிகிறது. பக்தி உணர்ச்சி மிக மிக, இறைவனுடைய

தரிசனத்தைக் காணக்காண உள்ளம் நெகிழ்கிறது. நெகிழ்ந்து நெகிழ்ந்து இறைவனுடைய பேரழகிலே அவர்கள் ஈடுபடுகிறார்கள்.

அவர்களுடைய எலும்பு எல்லாம் நெகிழ்கின்றன. அப்பொழுது பேரானந்தத்தை அனுபவிக்கிறார்கள்.

தன்னைத் தரிசிக்கிறவர்கள் என்பையும் உருக்கும்படி ஆடுகிற எம்பெருமான் பேரழகன். ஆயினும் மற்றவர்களிடத் தில் காண முடியாத ஒரு புதுமை அவனிடத்தில் இருக்கிறது. எந்தப் பொருள் பிறருக்கு அச்சத்தை உண்டாக்குமோ, அதனை அவன் ஆபரணமாக அணிந்திருக்கிறான். நஞ்சுடைய நாகத்தை மக்கள் கண்டால் அஞ்சுவார்கள்; அதனிடம் உள்ள மாணிக்கத்தை மாத்திரம் தனியே கொடுத்தால் அணிவார்கள். இறைவனோ நஞ்சோடு கலந்த நாகத்தையே பூணாக அணிந்து கொண்டிருக்கிறான். அவன் பாம்பலங்காரப் பரன். கூம்பல் அம் கைத்தலத்தையுடைய அன்பருடைய எலும்பு எல்லாம் உள்ளே உருகும்படியாக நடனம் செய்கிறவன் ஆண்டவன்; அவன் தில்லையம்பலத்திலே ஆடிக்கொண்டிருக்கிறான்.

அந்த ஆம்பலத்தில் அவனைக் கண்டு, அவனுடைய ஆட்டத்திலே இன்பத்தை அடைந்து அவனைப் பற்றிப் பாடாமல் இருக்கிறார்களே, அவர்கள் எதற்காக வாழ்கிறார்கள்? அவர்கள் வாக்கு பெற்றதனால் பயன் என்ன? அந்த வாக்குக்குச் சோறு கிடைக்குமா?

பாடாத வாய்களுக்குச் சாப்பாடு கிடையாது; அதனால் அவர்கள் உடம்பு தேம்புவார்கள்; உள்ளமும் தேம்புவார்கள். மக்களிடத்தில் யாசகம் செய்து செய்து, தங்களுடைய வாழ்வைப் போக்குவதையே தொழிலாகக் கொண்டிருப்பதனால், அவர்களுக்குக் கணந்தோறும் இனி எப்படி வாழ்வோம் என்ற வாட்டம் இருக்கும்.

இறைவனைப் பாடாத வாயுடையார், இறைவனைக் கருகாத நெஞ்சு உடையார் வாழ்க்கையில் மிகமிகத் தேம்பி வருந்துவார்கள். அவர்கள் வருந்துவது போல்

காதலியினுடைய இடை மெலிந்திருக்கிறதாம். இடையின் மெலிவுக்கு ஆண்டவன் அன்பைப் பெறாதவர்களின் மெலிவை உதாரணமாகச் சொல்கிறான். காதலியினுடைய இடையைச் சுட்டிக் காட்ட ஆரம்பிக்கிறான். ஆனால் அவனுடைய நினைவு இடையைப் பற்றியது மாத்திரம் அல்ல; இறைவனையும் பற்றியது.

பிறகு அவளுடைய அழகில் ஒன்றை எடுத்துக் காட்டுகிறான். அவன் நுகர்ந்த இன்பத்தில் ஒன்று அவளுடைய இதழ் ஊறலைச் சுவைத்தது. அந்த இதழின் மணத்தை அவன் நெருங்கி உணர்ந்தான். நெருங்காதவர்களுக்கு அவளுடைய வாய் ஆம்பலைப் போலத் தோற்றும்; ஆம்பலின் வண்ணம் மாத்திரம் தோற்றும்; ஆனால் ஆம்பலின் மணம் தோற்றாது.

இங்கே அவன் நெருங்கிக் காதலின்பத்தைத் துய்த்தவன். ஆகையினால், அவளுடைய இதழின் மணம் தெரிகிறது. அந்த மணத்தை வேறு எங்கும் காணமுடியாது என்று அவன் உறுதியாக நினைக்கிறான். "சேய்மையிலிருந்து கண்டால் இவள் இதழ் ஆம்பலைப் போலத் தோன்றுகிறது. ஆனால் இதன் பெருமை ஆம்பலுக்கு வருமா? ஆம்பலின் மணம் எதற்கு ஆயிற்று? இவள் இதழின் மணம் எந்த ஆம்பலுக்கு வரும்?" என்று எண்ணுகிறான்.

வண்டுகளைப் பார்த்துக் கேட்கிறான்; "இவளுடைய கனிச் சுவை பொருந்திய வாய் இருக்கிறதே, இதைப் போலக் கமழ்கின்ற ஆம்பற் பூவை எங்காவது பார்த்திருக்கிறீர்களா?" இதழைப் போன்றது என்றால் அதன் புறந்தோற்றத்துக்கு உவமை தேடுவதாக எண்ணலாமென்று, இதழின் மனம் உள்ள பூ உண்டா என்று கேட்கிறான்.

***தீங்கனி வாய்கமழும்***
***ஆம்பலம் போதுளவோ? அளிகாள்!***

வண்டுகளுக்கு எல்லாவகையான மலர்களும் தெரியும். அவைகளின் மணமும் அந்த வண்டுகளுக்கு நன்றாகத் தெரியும். மணத்தைத் தேறும் திறத்தில் சிறந்திருக்கும்

வண்டுகளாதலின், அவற்றைப் பார்த்துக் கேட்கிறான். ஏதேனும் ஒரு வண்டைக் கேட்டால் அந்த வண்டு, "எனக்குத் தெரியாது" என்று சொல்லிவிடலாம். வண்டுக்கூட்டம் முழுவதையுமே கண்டு கேட்டு விடலாமே என்று கேட்கிறான்.

அவை என்ன சொல்லப் போகின்றன? இங்கே உள்ள வண்டுகள் என்ன, உலகிலுள்ள வண்டுகளையெல்லாம் கூட்டி வைத்தும் கேட்கலாம். அவை சொல்லும் விடையைப்பற்றி அவனுக்கு ஐயமே இல்லை. "இப்படி மணங்கமழும் ஆம்பல் ஒன்றையும் பார்க்கவில்லை'' என்றுதான் அவை சொல்லும். இதைப் போன்ற தோற்றமுள்ள ஆம்பல் பூ இருக்கலாம். ஆனால் இந்த இதழின் மணம் வீசுகின்ற இதழையுடைய ஒரு மலர் உலகத்திலே இல்லை என்பது அவனுடைய முடிபு. ஆதலினால், அவன் கேட்ட கேள்விக்கு விடையும் குறிப்பாகப் புலப்படுகிறது. "தீங்கனி வாய் கமழும் ஆம்பலம் போது உலகத்தில் யாண்டும் இல்லை" என்பதுதான் அவன் குறிப்பு. அப்படிச் சொல்லாமல், உளவோ என்று வண்டுகளைக் கேட்கிறமாதிரி கேட்கிறான். அவனுக்குக் கேள்வி கேட்பதில் நினைவு இல்லை; உபமானம் இல்லாத மணம் பொருதிய வாய் என்று சொல்ல வேண்டும் என்பதுதான் அவனுடைய நோக்கம்.

"நீங்கள் பயிலுகின்ற அகன்ற மருத நிலத்திலே எத்தனையோ ஆம்பல் மலர்கள் பூத்துக் கிடக்கின்றனவே! அந்த ஆம்பல் மலர்களுக்குள்ளே இவளுடைய வாய் போன்ற நறுமணத்தை உடைய ஆம்பல் எங்கேயாவது இருக்கிறதா? நீங்கள் கண்டீர்களா?" என்று கேட்கிறான்.

**தேம்பலஞ் சிற்றிடை ஈங்குஇவள்**
**தீங்கனி வாய்கமழும்**
**ஆம்பலம் போதுஉள வோஅளி காள்நும்**
**அகன்பணையே?**

உள்ளத்தில் தலைவியினுடைய காதல் ஓடும்பொழுது இறைவனுடைய அன்பும் உடன் சேர்ந்து திகழ்கிறது. அவளுடைய அழகுக்கு உவமை சொல்லும்போது முதற்கண் இறைவனுடைய நினைவு வருகிறது. பின்னேதான் கேள்வி வருகிறது.

இந்த நிகழ்ச்சி குறிஞ்சி நிலத்தில் நிகழ்வது. மலையும் மலையைச் சார்ந்த இடங்களும் குறிஞ்சி நிலம். மலைச்சாரற் சோலையில் காதலனும் காதலியும் சந்தித்தார்கள். அவளுடைய அழகைப் பாராட்டிச் சொல்லுகிறான் காதலன். சான்றாக வண்டுகளை அழைத்துப் பேசுகிறான். அந்த வண்டுகள் குறிஞ்சி நிலத்து வண்டுகள் அல்ல; மருத நிலத்திலிருந்து வந்தவை. ஆம்பலைப் பற்றிய உண்மை அவற்றிற்குத்தான் தெரியும். 'மருத நிலத்தில் உள்ள வண்டுகள், இந்தக் குறிஞ்சி நிலத்துக்கு வந்ததைப் போலக் குறிஞ்சி நிலத்து வண்டுகள் மருத நிலத்துக்குப் போய் அங்குள்ள ஆம்பல் மலர்களில் மொய்த்து அவற்றின் மணத்தைக் கண்டிருக்குமே; அவற்றைக் கேட்டிருக்கலாமே!' என்றால், இந்தத் தலையன் வாழ்கிறது குறிஞ்சி நிலம். தன் ஊர்காரர்களை அவன் சாட்சி போட்டால் ஒருகால் அவன் தலைமைக்கு அஞ்சியோ, அவனிடம் உள்ள அன்பு காரணமாகவோ அவனுக்கு உவந்தபடி சொல்லி, உண்மையை மறைத்துவிடலாம். அயல் நிலத்து வண்டானால் உண்மையையே உரைக்கும். இந்த நினைவால் மருத நிலத்து வண்டைப் பார்த்துக் கேட்டான்.

இப்படி இன்றி, தன்நிலத்து வண்டை ஒரு தலைவன் கேட்டான். அது அபிமானத்தினால் தனக்கு விருப்பமானதைச் சொல்லிவிடுமோ என்ற எண்ணத்தால், "நீ என்மேல் உள்ள அன்புக்காக என் விருப்பத்துக்கு ஏற்றதைச் சொல்லாமல் நீ அறிந்ததை உள்ளபடியே சொல்" என்று எச்சரிக்கையோடு சொல்ல வேண்டி வந்தது. குறுந்தொகையில் அப்படி ஒரு பாட்டு வருகிறது.

***"கொங்குதேர் வாழ்க்கை அஞ்சிறைத் தும்பி!
காமம் செப்பாது கண்டது மொழிமோ."***

*இந்த ஐயத்துக்கே இடம் இன்றி இந்தக் காதலன் மருத நிலத்து வண்டுகளையே பார்த்துக் கேட்டுவிட்டான்.*

***கூம்பலங் கைத்தலத்து அன்பர் என்பு
ஊடுரு கக்குனிக்கும்
பாம்பலங் காரப் பரன் தில்லை
அம்பலம் பாடலரின்
தேம்பலஞ் சிற்றிடை ஈங்கு இவள்
தீங்கனி வாய்கமழும்
ஆம்பலம் போதுஉள வோஅளி
காள், நும் அகன்பணையே?***

*[வண்டுகளே! குவிதலையுடைய கைகளைப் பெற்ற அன்பர்களின் என்பு உள்ளே உருகும்படியாக நடனம் செய்யும் பாம்பை அணியாகக் கொண்ட பரம்பொருளின் தில்லைச் சிற்றம்பலத்தைப் பாடாதவர்கள் அடையும் வாட்டத்தைப் போன்ற வாட்டத்தையுடைய சிறிய இடையையுடைய இவளது இனிய கனிபோன்ற சுவையைப் பெற்ற வாயைப்போல மணம் வீசும் ஆம்பல் மலர்கள் உங்கள் அகன்ற மருத நிலத்தில் இருக்கின்றனவா?*

*கூம்பல்-குவிதல். அம்-அழகிய. ஊடு - உள்ளே. குனிக்கும்-ஆடும். பாடலரின் - பாடாதவரைப் போல. தேம்பல்-மெலிதலையுடைய. தேம்பினாலும் அழகுடையதென்று காட்ட, அஞ்சிற்றிடை என்றான். ஈங்கு இவள் - இவள்; இரண்டும் ஒரு சொல்லாக நின்றன. தீங்கனிவாய்-இனிய கனிச்சுவையையுடைய வாய். வாய்போலக் கமழும். போது-இங்கே பூ. அளிகாள்-வண்டுகளே. அகன்பணை-அகன்ற மருதநிலம்.]*

*திருக்கோவையாரில் 11-ஆம் பாடலாகிய இது 'நலம் புனைந்து உரைத்தல்' என்னும் துறையமைந்தது. காதலியின் அழகைக் காதலன் பாராட்டிச் சொல்லுதல் என்பது அதன் பொருள்.*

**"பொங்கிழையைப் புனைநலம் புகழ்ந்து
அங்கதிர் வேலோன் அயர்வு நீங்கியது"**

என்பது அந்தத் துறையை விளக்கும் கொளு. 'அழகு மிக்க அணிகளை அணிந்த காதலியின் பாராட்டுதற்குரிய அழகைப் புகழ்ந்து, அழகிய சுடர் வீசும் வேலையுடையவன் தன் தளர்ச்சி நீங்கி இன்புற்றது' என்பது இதன் பொருள்.

திருக்கோவையாருக்குப் பேராசிரியர் எழுதிய பழைய உரை ஒன்று உண்டு. அதில் கனிவாய் என்பதற்கு, 'கனிந்த வாய்' என்று உரை எழுதுகிறார். கூம்பலங்கைத் தலம் என்ற தொடரில் அல், அம் என்ற இரண்டு சாரியை என்று கொண்டு, கூம்பு கைத்தலம் என்று வினைத்தொகையாக்கிப் பொருள் கூறுகிறார். வினைத்தொகையில் சாரியை இவ்வாறு சேர்ந்து வருவது இல்லை. 'புனைநலம் என்றது புனையப்பட்ட இயற்கை நலத்தை' என்பர்.

'இயற்கையன்பினாலும் அவள் குணங்களால் தோன்றிய செயற்கையன்பினாலும் கடாவப்பட்டு நின்ற தலைமகன் தனது அன்பு மிகுதியை உணர்த்துதல் என்பது' என்று இதற்குரிய துறைப் பொருளை விளக்குவார். அன்பு மிகுதியை அவளுடைய அழகைப் பாராட்டும் வாயிலாகப் புலப்படுத்தினான்.

**முற்றும்.**

★ ★ ★

9 788199 925366

Printed at Repro India Ltd.